अभिप्राय

घरबसल्या गुंतवणूक करून कमाई करण्याची आशा बाळगणाऱ्या माणसापासून निरनिराळ्या व्यावसायिक-नोकरदारांपर्यंत प्रत्येकाला बफे यांच्या विलक्षण बुद्धिमत्तेची आणि जगावेगळ्या दृष्टिकोनाची ओळख करून देण्यासाठी हे पुस्तक निश्चितच उपयुक्त आहे. त्यांच्या गाजलेल्या ५० विधानांची सोप्या मराठी भाषेत ओळख करून देण्याचा हा प्रयत्न वाचकांना निश्चितच आवडेल.

व्यापारी मित्र, एप्रिल २०१७

बफे यांनी वेळोवेळी केलेली ही पन्नास विधानं प्रत्येकानं लक्षात ठेवली, त्याच्या अनुभवानं सार असलेली आणि त्याच वेळी खूप मजेशीरसुद्धा आहेत. त्यांचं मर्मसुद्धा कहाते यांनी उलगडून दाखवलं आहे.

सकाळ सप्तरंग, १९-२-२०१७

'वॉरन बफे' या जगप्रसिद्ध गुंतवणूकदाराने मिळवलेल्या अफाट यशाची आणि त्याच्या वैयक्तिक आयुष्याची ओळख त्याच्या व्यक्तिचरित्रातून मराठी वाचकांना करून दिली आहे. बफेच्या चरित्राचे आणखी वेगळे पैलू 'वॉरन बफेच्या यशाचे ५० मंत्र' पुस्तकातून वाचकांना उमजतील. सर्वसामान्य गुंतवणूकदारांनी शेअरबाजाराचे गूढ सहजपणे उलगडून त्यात मोठी झेप कशी घ्यायची, यासाठीचे मार्गदर्शनही केले आहे.

दैनिक लोकमत, ५-३-२०१७

सर्वश्रेष्ठ गुंतवणूकदार म्हणून वॉरन बफेकडे पाहिले जाते. कुठलीही नोकरी वा कुणलाही व्यवसाय न करता न्याय्य मार्गाने अब्जाधीश होण्याची कमाल त्याने करून दाखवली. या विषयावरच आधारित माहिती या पुस्तकात देण्यात आलेली आहे.

दैनिक लोकमत, २३-७-२०१७

वॉरन बफेंच्या यशाचे ५० मंत्र

शेअर बाजारातील गुंतागुंत सहज सोप्या शब्दांत

अतुल कहाते

मेहता पब्लिशिंग हाऊस

Please contact us at **Mehta Publishing House,** Pune 411030.
✆+91 020-24476924 / 24460313
Email : production@mehtapublishinghouse.com
Website : www.mehtapublishinghouse.com

- *या पुस्तकातील लेखकाची मते, घटना, वर्णने ही त्या लेखकाची असून त्याच्याशी प्रकाशक सहमत असतीलच असे नाही.*

WARREN BUFFETCHYA YASHACHE 50 MANTRA
by ATUL KAHATE

वॉरन बफेच्या यशाचे ५० मंत्र : अतुल कहाते / मार्गदर्शनपर

Email : author@mehtapublishinghouse.com

संस्थापक : अनिल मेहता आणि सुनील मेहता

प्रकाशक : अखिल सुनील मेहता, मेहता पब्लिशिंग हाऊस,
१९४१, सदाशिव पेठ, माडीवाले कॉलनी, पुणे - ४११०३०.

मुद्रक : श्री मुद्रा, १८१ शुक्रवार पेठ, पुणे ४११००२.

मुखपृष्ठ : मेहता पब्लिशिंग हाऊस

प्रकाशनकाल : जानेवारी, २०१७ / सप्टेंबर, २०१७ / मे, २०१८ / ऑक्टोबर, २०१९ / पुनर्मुद्रण : फेब्रुवारी, २०२२

किंमत : ₹ १७०

P Book ISBN 9789386342188
E Book ISBN 9789386342195
E Books available on : play.google.com/store/books
www.amazon.in
https://books.apple.com

लहानपणापासून ज्याच्या मैत्रीमधली 'गुंतवणूक' अमूल्य
वाटते तो

उदय भालेराव

आणि

अपर्णा उदय भालेराव

यांना

प्रास्ताविक

दोन वर्षांपूर्वी वॉरन बफेचं चरित्र लिहिल्यानंतर आणि गुंतवणुकीच्या संदर्भातली सर्वसामान्य वाचकांना उपयुक्त ठरतील अशी काही पुस्तकं लिहिल्यानंतर या पुस्तकाचा विचार डोक्यात आला. वॉरन बफे या जगप्रसिद्ध गुंतवणूकदारानं मिळवलेल्या अफाट यशाची आणि त्याच्या वैयक्तिक आयुष्याची कहाणी त्याच्या चरित्रात गुंफलेली असली, तरी त्याचा एक पैलू तिथं घेता आला नाही असं जाणवलं. तो म्हणजे त्याच्या गुंतवणुकीच्या संदर्भातल्या अत्यंत मार्मिक विधानांचा आणि मार्गदर्शनाचा. कुठल्याही माणसानं अनेक गोष्टी त्यातून शिकाव्यात अशा प्रकारची मनोहारी विधानं बफेनं केलेली आहेत. एक-दोन वाक्यांमध्ये त्यानं आपल्या गुंतवणुकीच्या यशाचं सार अनेकदा सांगितलं आहे. तसंच सर्वसामान्य गुंतवणूकदारांनी शेअर बाजाराचं गूढ सहजपणे उलगडून त्यात मोठी झेप कशी घ्यायची, यासाठीचं मार्गदर्शनही केलं आहे. मुख्य म्हणजे अगदी मजेशीर आणि कुणालाही समजेल अशा भाषेमधल्या दिलखुलास विधानांच्या आधारे त्यानं हे साधलं आहे.

बफेच्या या विधानांना 'मंत्र' असं इथं म्हटलं आहे. याचं कारण म्हणजे त्याचं प्रत्येक विधान खूप विचारांमधून, अनुभवांमधून आणि यश-अपयश यांच्या हिंदोळ्यांवर तरंगल्यानंतर तयार झालेलं आहे. बफेची ही विधानं काही पुस्तकांमध्ये आहेत, वेबसाईट्सवर आहेत, तसंच त्याच्या 'बर्कशायर हॅथवे' या कंपनीच्या वार्षिक अहवालांमध्येही आहेत. अशा विधानांची संख्या तीन आकडी असली तरी त्यामधली नेमकी ५० विधानं निवडण्याचा प्रयत्न इथं केला आहे. या निवडीमागचं तार्किक म्हणजे हे विधान गुंतवणुकीशी किंवा एकूणच आयुष्याशी संबंधित असलं पाहिजे, अगदी सर्वसामान्य माणसाशी ते निगडित असलं पाहिजे आणि ते वाचून आपण काहीतरी नवं शिकलो अशी भावना त्याच्या मनात आली पाहिजे. तसंच या

निवडीमागचा दुसरा उद्देश म्हणजे पुनरुक्ती टाळण्याचा आहे. इथून वगळलेल्या विधानांचं सार इथं असलेल्या विधानांमध्ये कुठं ना कुठं तरी आहेच.

साहजिकच तोच तो मुद्दा वारंवार येऊ नये या हेतूनं इतर विधानं वगळली आहेत. अर्थात तरीसुद्धा काही ठिकाणी काही मुद्द्यांची पुनरुक्ती झालेली आहे, हे नमूद केलं पाहिजे. खूप प्रयत्न करूनसुद्धा एका मर्यादेनंतर ती टाळणं जवळपास अशक्य होतं. तसंच काही वेळा ही पुनरुक्ती कदाचित उपयुक्तही ठरावी; कारण महत्त्वाच्या मुद्द्यांचीच पुनरुक्ती होत असल्यामुळे, ती वाचकाच्या मनावर पुरती ठसायला मदत होईल. महत्त्वाची गोष्ट म्हणजे या ५० विधानांचा इथं नुसता उल्लेख नाही. प्रत्येक विधानामध्ये दडलेला बफेचा विचार आणि काही वेळा खोडसाळपणा उलगडून दाखवण्याचा प्रयत्न करण्यात आलेला आहे.

एकूणच वॉरन बफेनं गुंतवणुकीच्या विश्वाला 'ग्लॅमर' मिळवून दिलं, हे इथं आवर्जून सांगितलं पाहिजे. **'गुंतवणूक म्हणजे जुगार नसून, नीट अभ्यास करून शांतपणे दीर्घ मुदतीसाठी गुंतवणूक करणाऱ्या माणसाला शेअर बाजारात यश मिळतंच,'** असा आत्मविश्वास त्यानं दिला आहे. अगदी छोट्या रकमांच्या गुंतवणुकीतूनसुद्धा अवाक करून सोडणारं यश गुंतवणूकदार शेअर बाजारात मिळवू शकतात, हे सत्य भारतीय गुंतवणूकदारांच्या पुरतं पचनी पडलेलं नाही. शेअर बाजार आणि गुंतवणूक यांच्याविषयी गैरसमजच जास्त पसरले आहेत. यामुळे आपण आपलंच किती नुकसान करून घेतो याची कोट्यवधी लोकांना कल्पना नसावी, हे मोठं दुर्दैव आहे.

याखेरीज भारतीय गुंतवणूकदार नियोजनबद्ध प्रकारे शेअर बाजारात गुंतवणूक करत नसल्यामुळे भारतामधल्या कंपन्यांना भांडवलाची कमतरता जाणवते आणि यामुळे वारंवार देशाला परदेशी गुंतवणूकदारांच्या गुंतवणुकीवर अवलंबून राहावं लागतं, हे याहून मोठं आणि देशपातळीवरचं दुर्दैव आहे. शेअर बाजाराविषयीची ही नकारात्मक मानसिकता काही अंशी मोडून काढण्यासाठी तरी अशा पुस्तकांचा उपयोग होईल आणि कदाचित काही वाचक तरी शेअर बाजारामधल्या गुंतवणुकीमुळे आपलं आयुष्य चांगल्या अर्थानं पार बदलू शकतं याची जाणीव करून घेतील, अशी आशा वाटते!

या पुस्तकाच्या लिखाणामध्ये आणि त्याच्या निर्मितीमध्ये हातभार लावणाऱ्या असंख्य जणांचा मी ऋणी आहे. माझे बाबा शशिकांत कहाते यांच्या नेहमीच्या शाबासकीच्या नजरेबद्दल आणि प्रोत्साहनाबद्दल त्यांचे आभार मानणं त्यांनाच आवडणार नाही. माझी आई मीना कहाते आता या जगात नसली तरी तिचे ऋण मी कधीच फेडू शकणार नाही, याची मला कल्पना आहे. अनिता, जुई, हर्षू यांना रोजचं आयुष्य नीरस न बनवता त्यात भरपूर मजा आणल्याबद्दल आणि त्यामुळे

लिखाणासाठी माझा मूड कायम ताजातवाना ठेवल्याबद्दल धन्यवाद. माझ्या डोक्यात लिखाणासाठीचे निरनिराळे विषय सातत्यानं घोळत असताना त्याविषयी महत्त्वाच्या सूचना करण्याचं श्रेय त्यांचंच आहे. तसंच मला वाचनाला आणि लिखाणाला भरपूर वेळ मिळावा यासाठीची त्यांची धडपडही खूप मोलाची आहे. केदार आणि गौरी कहाते या माझ्या भाऊ-वहिनी यांनाही त्यांच्या सातत्यपूर्ण प्रोत्साहनाबद्दल धन्यवाद.

याशिवाय सुलभा पिशवीकर, पुष्पा आगरकर, वैशाली गोडबोले, अच्युत-शोभा गोडबोले, चेतन-अमृता भागवत, पुष्पा-वसंत कुलकर्णी, नरेंद्र कुलकर्णी, भरत-प्रियांका कुलकर्णी, रंजना शेंबेकर, प्रसाद-हर्षा शेंबेकर, श्याम-ज्योती कहाते, प्राची कहाते, सौमित्र कहाते, विकास-मेघना म्हस्कर, मुकुंद-प्रतिभा रहाळकर, शुभदा गुंडेवार, सुरेश-संगीता कंदकूर, राम-सविता काप्रतवार, प्रवीण-पूजा गुंडेवार आणि आता आपल्यात नसलेले शरद पिशवीकर, विनायक गोडबोले, अविनाश गुंडेवार या सगळ्या घरच्या मंडळींचे मनःपूर्वक आभार. माझे सगळे सहकारी-मित्र आणि त्यातही उल्लेख करावा असे नरेंद्र-स्मिता लिमये, उदय-अपर्णा भालेराव, महेश-जया कटारे, किरण कनाळे, रूपेश दिकोंडा, अमोल कवठेकर, अमित-वैशाली कन्नल, जयकुमार पाठक, महेश दंडवते, उमेश आहेरवाडीकर, पराग चिंचोळकर, मनोज आपटे, अभिजीत नातू, केदार कुलकर्णी, दिनेश सामंत, ओंकार कुलकर्णी, शीतल चव्हाण या सगळ्यांचे मनःपूर्वक आभार. आता आपल्यात नसलेले शरद पिशवीकर आणि विनायक गोडबोले यांच्या स्मृतीलाही अभिवादन.

या पुस्तकाची कल्पना मांडल्याबरोबर त्याविषयी अत्यंत उत्साहानं काम सुरू करणाऱ्या मेहता पब्लिशिंग हाऊसचा मी अत्यंत आभारी आहे. तसंच या पुस्तकाचं बारकाईनं वाचन करून त्यासंबंधी मोलाच्या सूचना करणारे संपादक, मुद्रितशोधक, अक्षरजुळणी करणारे आणि उत्कृष्ट मुखपृष्ठ बनवणारे या सगळ्यांचाही मी खूप ऋणी आहे.

- अतुल कहाते

अनुक्रमणिका

पहिला विभाग : गुंतवणुकीविषयी

दुसरा विभाग : उद्योग आणि उद्योजक यांच्याविषयी

तिसरा विभाग : गुंतवणूक सल्लागार, 'तज्ज्ञ', शेअर दलाल वगैरेंविषयी

चौथा विभाग : गुंतवणुकीविषयीची विविध मतं

पाचवा विभाग : अनुभवाचे बोल

पहिला विभाग

गुंतवणुकीविषयी

मंत्र १

कॅथलिक माणसाच्या लग्नाप्रमाणे आयुष्यभरासाठीचीच गुंतवणूक करा.

'गुंतवणूकदार' आणि 'नफेखोर' यांच्यामधला फरक बहुतेक जणांच्या लक्षात येत नाही. ज्या माणसाला शेअर बाजारातून आयुष्यभरासाठीच्या दीर्घ मुदतीच्या गुंतवणुकीमधून आपलं भलं करून घ्यायचं असतं, त्याला 'गुंतवणूकदार' म्हणतात; तर ज्या माणसाला शेअर बाजाराच्या चढउतारांमधून आपला फायदा करून घ्यायचा असतो, त्याला 'नफेखोर' असं म्हणतात. दुर्दैवानं आपण 'गुंतवणूकदार' बनणं गरजेचं असल्याचं लक्षात न घेता, बहुतेक लोक 'नफेखोर' बनतात आणि आपलं नुकसान करून घेतात. म्हणजेच दररोज शेअर्सच्या किमती वर-खाली होत असताना बघणं आणि त्यानुसार खरेदी-विक्रीचे निर्णय घेणं, सातत्यानं गुंतवणूक सल्लागारांच्या नव्या सल्ल्यांनुसार वागण्याचा प्रयत्न करणं, कुणीही अमुक-अमुक शेअर्सची खरेदी किंवा विक्री करण्याचा सल्ला देताच त्यानुसार वागणं, शेअर बाजार थोडा वर जाताच आपल्याकडचे शेअर्स विकून टाकणं किंवा तो बुडाल्यावरही तेच करणं, ही सगळी 'नफेखोर' माणसाची लक्षणं आहेत.

'गुंतवणूकदार' माणसानं काय केलं पाहिजे? त्यानं मुळात गुंतवणूक करण्यापूर्वी खूप वेळ आपल्या निर्णयाला दिला पाहिजे. घाईगडबडीनं गुंतवणूक करण्याचा आततायी निर्णय त्यानं घेता कामा नये. आपल्या हातून गुंतवणुकीची उत्कृष्ट संधी निघून चालली आहे असं त्याला वाटलं तरी त्यानं शांत राहिलं पाहिजे. खूप विचार करून, आपल्या

गुंतवणुकीमधल्या संभाव्य नुकसानीचा विचार करून त्यानं शक्य तितकी योग्य वेळ साधून गुंतवणूक केली पाहिजे. गुंतवणुकीसाठी ही अचूक वेळ आहे का याचा थोडा विचार त्यानं करावा; पण त्यासाठी नुसतं थांबून राहणंसुद्धा योग्य नाही. अशी वेळ साधणं भल्याभल्यांनाही जमत नाही. साहजिकच आपण अगदीच चुकीच्या वेळी गुंतवणूक करत नाही ना, इतकं भान राखलं तरी पुरण्यासारखं असतं. यानंतर त्या माणसानं शक्य तितका काळ आपली गुंतवणूक टिकवून धरली पाहिजे.

प्रत्येक गुंतवणूकदाराच्या हातून अधूनमधून चुका घडत असतात. अगदी वॉरन बफेसुद्धा अशा चुकांना अपवाद ठरू शकत नाही. साहजिकच सगळी काळजी घेऊनसुद्धा आपलं कधीकधी नुकसान होणार, अशी मानसिकता गुंतवणूकदारानं बाळगली पाहिजे. जर आपण खूप विचार करून केलेली गुंतवणूकच मुळात चुकीची होती असं खात्रीलायकरीत्या लक्षात आलं, तर मात्र गुंतवणूकदारानं त्याविषयी फार हळहळ करत बसणं योग्य नसतं. अशा वेळी त्यानं आपली चूक स्वीकारून या गुंतवणुकीतून मोकळं होणं व्यवहार्य ठरतं. सर्वसामान्य गुंतवणूकदाराच्या दृष्टीनं यामधल्या अनेक गोष्टी अशक्यप्राय किंवा धोकादायक ठरू शकतात. म्हणूनच ज्यांना एका मर्यादेपलीकडे धोका पत्करायचा नसेल आणि नफा थोडा कमी झाला तरी चालेल; पण नुकसानही मर्यादितच होईल असा आपला दृष्टिकोन ठेवायचा असेल, त्यांनी सरळ दीर्घ काळ उत्कृष्ट कामगिरी करत असलेल्या म्युच्युअल फंड योजनांमध्ये पैसे गुंतवून यांना मी किमान दहा वर्षं हात लावणार नाही असं स्वतःला सांगितलं पाहिजे. अर्थातच शक्य असेल तर याच योजनेमध्ये नव्यानं आणखी पैसे गुंतवत राहिलं पाहिजे.

'दीर्घ मुदतीसाठी' म्हणजे नक्की 'किती काळासाठी?' असा प्रश्न काही जण विचारतात. या प्रश्नाला वॉरन बफेचं उत्तर 'कायमसाठी' असं आहे! म्हणजेच एकदा गुंतवणूक केली की ती योग्यच असणार असं तो म्हणतो आणि म्हणूनच पैशांची गरज असल्याशिवाय ही गुंतवणूक काढूच नये, असं त्याला सांगायचं आहे. अर्थात प्रत्येक माणसानं आपल्या परिस्थितीनुसार आणि गरजांनुसार 'दीर्घ मुदत' या संकल्पनेचा अर्थ लावला पाहिजे.

मंत्र २

पहिला नियम- कधीच नुकसान होऊ देऊ नका.
दुसरा नियम- पहिला नियम कधीच विसरू नका.

वॉरन बफे हा खूप यशस्वी गुंतवणूकदार समजला जातो, यामागचं एक महत्त्वाचं कारण म्हणजे खूप पैसे कमावण्याबरोबरच पैसे न गमावण्याविषयीसुद्धा तो अतिशय जागरूक असतो. त्याच्या या स्वभावापोटीच त्यानं हा मजेशीर वाटणारा नियम तयार केला आहे. खरं म्हणजे हा एकच नियम आहे; पण त्याला मजेशीर रूप देण्यासाठी त्यानं उगीचच त्याचे दोन भाग पाडले आहेत.

या नियमाचा अर्थ वरवर सोपा वाटत असला, तरी यशस्वी गुंतवणूकदारानं त्यातला मथितार्थ नीटपणे समजून घेतला पाहिजे. चक्रवाढव्याजाची जादू म्हणजे जगातलं आठवं आश्चर्य आहे, असं खुद्द अल्बर्ट आइनस्टाईन म्हणाला होता याची इथं आपल्याला आठवण ठेवायला पाहिजे. उदाहरणार्थ, समजा एखाद्या गुंतवणूकदारानं १५टक्के वार्षिक दरानं वाढ होत असलेल्या पर्यायामध्ये १० हजार रुपये गुंतवले आणि ही गुंतवणूक २० वर्षं कायम ठेवली, तर मूळच्या १० हजार रुपयांचे तब्बल १ लाख ६३ हजार रुपये होतील! आणखी पाच वर्षं ही गुंतवणूक तशीच ठेवली, तर त्याचे ३ लाख २९ हजार रुपये होतील! म्हणजेच आपलं नुकसान करून घ्यायचं नसेल तर खूप विचार करून आणि काळजी घेऊन गुंतवणूकदारानं निश्चयी वृत्तीनं योग्य ठिकाणी गुंतवणूक केली पाहिजे आणि ती गुंतवणूक शक्य तितक्या दीर्घ मुदतीसाठी कायम ठेवली पाहिजे.

नुकसान फक्त गुंतवणुकीमधल्या चुकांमुळे होतं असं अजिबात नाही. यामागे गुंतवणूकदाराचा स्वभाव बऱ्याच अंशी कारणीभूत ठरतो. चुकीच्या वेळी गुंतवणूक करणं किंवा चुकीच्या वेळी ती काढून घेणं, हे तर सगळ्यांच्या बाबतीत घडतं. शेअर बाजार खाली जायला लागला, की सगळ्यांची पळापळ सुरू होते आणि तो वर जायला लागल्यानंतर सगळ्यांना हाव सुटते. यामुळे नको तेव्हा खरेदी-विक्रीचे व्यवहार गुंतवणूकदार करतात. याखेरीज सतत शेअर्सच्या खरेदी-विक्रीमुळे गुंतवणूकदाराला विनाकारण कर आणि गुंतवणुकीशी संबंधित असलेले खर्च सोसावे लागतात. या सगळ्यातून त्याचं सातत्यानं नुकसान तरी होत राहतं किंवा त्याला शक्य असूनसुद्धा कमी फायदा तरी होतो.

कुणी म्हणेल, आपलं नुकसान होता कामा नये हे प्रत्येक माणसालाच कळतं; पण ते आचरणात कसं आणायचं, हा मोठा प्रश्न आहे. याचं उत्तर सोपं नसलं, तरी किमान आपल्याला खात्री नसेल त्या ठिकाणी गुंतवणूक न करणं, इतकं तरी प्रत्येक माणूस करू शकतो. सगळ्या उपलब्ध पर्यायांचा विचार करून त्यामधल्या शक्यता समजून घेऊन मगच गुंतवणूक करण्याची शिस्त गुंतवणूकदारानं स्वतःला लावून घेतली पाहिजे. यासाठी प्रचंड वाचन करणं गरजेचं असतं. तेवढा वेळ नसेल किंवा त्यासाठीची इच्छाशक्ती नसेल, तर मान्यताप्राप्त गुंतवणूकदार सल्लागाराकडूनही आपल्या दृष्टीनं पुरेशी असलेली माहिती नक्कीच मिळू शकते.

आपल्या रोजच्या आयुष्यातही शक्य असेल तेव्हा वायफळ खर्च टाळण्याची शिस्तही बहुतेक जणांमध्ये नसते. अब्जाधीश झाल्यानंतरही वॉरन बफे आपल्या जुन्याच घरात राहतो आणि आपली जुनीच गाडी वापरत राहतो, हे उदाहरण पुरेसं बोलकं आहे. हाही आपलं नुकसान टाळण्याचा उत्तम मार्ग आहे, हे आपण विसरून जातो. गुंतवणुकीतून पैसे कमावण्याआधी ते न गमावणं किती गरजेचं आहे, हे मूलभूत सूत्र म्हणूनच प्रत्येक गुंतवणूकदाराच्या दृष्टीनं अत्यंत महत्त्वाचं आहे.

मंत्र ३

मी माझी पहिली गुंतवणूक वयाच्या अकराव्या वर्षी केली. तोपर्यंत मी माझं आयुष्य वायाच घालवलं.

आपल्या वयाच्या अकराव्या वर्षी वॉरन बफेनं 'सिटी सर्व्हिसेस' नावाच्या तेल कंपनीचे तीन शेअर्स प्रतिशेअर ३८ डॉलर्सच्या किमतीला विकत घेतले, हे वाचून आपल्यापैकी अनेक जणांना धक्काच बसेल. ज्या वयात आपल्याकडे मुलांना आपल्या बँकांच्या खात्यांविषयीसुद्धा नीटशी माहिती नसते, त्या वयात या अवलियानं तीन शेअर्स विकतसुद्धा घेतले होते! कहर म्हणजे हे शेअर्स त्यानं विकत घेतल्यानंतर काही काळातच त्यांची किंमत पार घसरली आणि ती प्रतिशेअर २७ डॉलर्सवर आली. भल्याभल्या वयस्कर गुंतवणूकदारांची यामुळे त्रेधातिरपिट उडाली असती आणि बहुतेक जणांनी अशा परिस्थितीत आपल्याकडचे शेअर्स नुकसान सोसून विकून टाकले असते. बफेनं मात्र सोशिकपणानं एका शेअरची किंमत २७ डॉलर्सवरून ४० डॉलर्सवर जाईपर्यंत वाट बघितली आणि त्यानंतर आपल्याकडचे शेअर्स विकून टाकले. यातूनच गुंतवणुकीत यश मिळवण्यासाठी खूप वाट बघावी लागू शकते, हा पहिला आणि अत्यंत महत्त्वाचा धडा तो शिकला.

कहर म्हणजे हे सगळं करून झाल्यानंतर आपल्या उतारवयात आपण 'खूप उशिरा' गुंतवणूक सुरू केली असं बफे म्हणतो! यातून बफेचा अमर्याद उत्साह, त्याची सकारात्मक वृत्ती आणि यश मिळवण्यासाठीची त्याच्या मनातली बेचैनी या सगळ्या गोष्टी आपल्यासमोर येतात. आपल्या देशातल्या प्रत्येक कुटुंबासाठी हा अत्यंत बोलका धडा

आहे. 'इतक्या लहान वयातल्या मुलांना काय कळतं?' असं म्हणून आपण त्यांनी गुंतवणूक करण्याची संकल्पना विचारातसुद्धा घेत नाही. याचं कारण म्हणजे स्वतः पालकच या बाबतीत एकदम निष्काळजी किंवा अज्ञानी असतात. पैसे कमावण्यासाठी ते रात्रंदिवस धडपडतात आणि कमावलेले पैसे आपल्याला पुरतील का नाही, याची सतत चिंता करत राहतात. कमाईचा प्रश्न किमान काही अंशी सोडवण्याची धमक यशस्वी गुंतवणुकीत असते; पण इतक्या महत्त्वाच्या प्रश्नाकडे कुणाचं लक्षसुद्धा जात नाही.

बफेच्या या विधानाला आधीच्या चक्रवाढ व्याजाच्या संकल्पनेचाही संदर्भ आहे. यासाठी आपण एक सोपं उदाहरण घेऊ. समजा, आपण गुंतवणुकीच्या या सगळ्या क्लिष्ट गोष्टींपासून पार दूर गेलो; पण फक्त एक गोष्ट मात्र केली. ही गोष्ट म्हणजे, आपलं मूल पाच वर्षं वयाचं असताना त्याच्या नावानं भारतामधल्या एखाद्या चांगल्या म्युच्युअल फंड योजनेत १० हजार रुपये फक्त एकदाच गुंतवले आणि आपलं मूल मोठं होऊन चाळिशी गाठेल तेव्हाच हे पैसे त्यानं काढून घ्यायचे अशी योजना आखली, तर काय होईल? या मुलाच्या चाळिशीच्या सुमाराला मूळच्या १० हजार रुपयांचे सध्याच्या अंदाजानुसार जवळपास ३३ लाख रुपये झालेले असतील! जर तो मुलगा आणखी पाच वर्षं थांबला आणि त्यानं आपल्या वयाच्या ४५ व्या वर्षी हे पैसे काढून घ्यायचे ठरवले, तर त्याचे ७५ लाख रुपये झालेले असतील!

यातून एक गोष्ट स्पष्ट व्हावी. गुंतवणुकीत यश मिळवण्यासाठी प्रत्येक माणसानं क्लिष्ट संकल्पना समजून घेणं, सातत्यानं शेअर बाजाराकडे नजर लावून बसणं, वाचन करणं यांतलं काहीच गरजेचं नसतं. बफे जेव्हा आपण 'खूप उशिरा' गुंतवणुकीला सुरुवात केली असं म्हणतो, याचा सोपा अर्थ आपण आपल्या मुलांना लवकर गुंतवणूक करण्यासंबंधीचं प्रशिक्षण देणं असा तर होतोच; पण ते शक्य नसेल तर त्यांच्या नावानं शेअर बाजारात किंवा शेअर बाजाराशी संबंधित असलेल्या म्युच्युअल फंड योजनेत शक्य तितक्या लवकर शक्य तितकी रक्कम गुंतवून शक्य तितक्या काळासाठी त्याविषयी विसरून जावं, असा अर्थ त्यातून निघू शकतो. नक्की कुठे ही गुंतवणूक करावी हे अर्थातच संबंधित वेबसाईट्सवरून किंवा गुंतवणूक सल्लागाराकडून सहजपणे समजून घेता येईल.

मंत्र ४

दर्जेदार 'सॉक्स' असोत वा 'स्टॉक्स', जेव्हा सवलतीच्या दरात ते उपलब्ध असतील तेव्हा मला ते विकत घ्यायला आवडतं.

माणसाची एक अत्यंत विचित्र आणि गूढ मानसिकता असते. सर्वसामान्य वस्तूंची खरेदी आणि शेअर्स किंवा म्युच्युअल फंड्स यांची खरेदी यांच्यात माणूस फरक करतो आणि तो त्याला खूप महागात पडतो. म्हणूनच थोडासा शाब्दिक खेळ करून वॉरन बफेनं 'सॉक्स' म्हणजे मोजे आणि 'स्टॉक्स' म्हणजे शेअर्स यांच्या खरेदीच्या संदर्भातल्या दृष्टिकोनात कधीच फरक करू नये, असं सांगितलं आहे. याचा साधासोपा अर्थ म्हणजे, जेव्हा बाजारात चांगल्या वस्तू कमी किमतीत उपलब्ध असतात, तेव्हा त्या खरेदी करण्यासाठी नुसती गर्दी लोटलेली असते. चक्क धक्काबुक्की होण्यापर्यंत मजल जाते. अलीकडच्या काळात तर ऑनलाईन शॉपिंगमुळे घरबसल्यासुद्धा संबंधित वेबसाईट क्रॅश होईपर्यंत लोक सवलतीचा लाभ उठवून खरेदी करतात.

गंमत म्हणजे शेअर्स किंवा शेअर्समध्ये गुंतवणूक करणारे म्युच्युअल फंड्स यांच्या खरेदीच्या संदर्भात आपण काय करतो? जेव्हा आर्थिक मंदीचं सावट असतं किंवा शेअर बाजार कोसळत असतो तेव्हा आपल्याला ते बघून धडकी भरते. आपण गुंतवणूक केलेली असेल तर या गुंतवणुकीचे आकडे घसरत चाललेले बघून आपण फार काळ आपलं डोकं ठिकाणावर ठेवू शकत नाही. साहजिकच आपण आपलं नुकसान आणखी जास्त करून घेणं टाळण्यासाठी धाडकन आपल्याकडचे शेअर्स

किंवा आपल्याकडची म्युच्युअल फंडांमधली गुंतवणूक विकून मोकळे होतो. यामुळे आपल्याला हायसं वाटतं खरं; पण काही काळातच परिस्थिती स्थिरस्थावर झाल्यानंतर शेअर्सच्या किंवा म्युच्युअल फंडांच्या युनिट्सच्या किमती परत वाढतात आणि आपण उगीचच आपली गुंतवणूक घाबरून काढून घेतली, असं आपल्याला जाणवायला लागतं. याच्या उलट प्रकार म्हणजे जेव्हा शेअर बाजार वर जात असतो आणि सगळीकडे जल्लोषाचं वातावरण पसरायला लागतं, तेव्हा आपण या संधीचा फायदा उठवला पाहिजे असं म्हणून शेअर बाजार चांगल्यापैकी वर गेल्यावर गुंतवणूक करतो. त्याबरोबर शेअर बाजार काही काळानंतर खाली उतरायला लागतो. यामुळे पुन्हा आपण घाबरून आपली गुंतवणूक काढून घेतो. यातही आपलं नुकसानच होतं. म्हणजेच शेअर बाजारामध्ये दिवाळी असेल तेव्हा लवकरच गुंतवणूकदारांचं दिवाळं वाजणार हे नक्की असतं आणि जेव्हा शेअर बाजारामध्ये सन्नाटा पसरलेला असेल त्यासारखी खरेदीसाठीची सुवर्णसंधी पुन्हा लवकर मिळणार नसते.

म्हणूनच वॉरन बफे आपल्याला इतर वस्तूंची खरेदी आणि चांगल्या शेअर्सची खरेदी यांच्यासंबंधीच्या मानसिकतेमध्ये अजिबात फरक न करण्याचा सल्ला देतो. दोन्ही गोष्टी चांगल्या दर्जाच्या आणि स्वस्तात उपलब्ध असतील तेव्हा शक्य असेल तर विकत घेतल्याच पाहिजेत, असं तो सांगतो. हे नीटपणे लक्षात ठेवायचं असेल, तर त्यासाठी एक सोपी युक्ती आहे. जेव्हा शेअर बाजार वेगानं कोसळत असतो आणि सगळीकडे भीतीचं वातावरण पसरलेलं असतं, तेव्हा गुंतवणूकदारानं शेअर बाजारात 'डिस्काऊंट'च्या मोठमोठ्या पाट्या लागलेल्या आहेत असं समजून चांगल्या शेअर्सची शक्य तितकी खरेदी करण्याचा सपाटा लावला पाहिजे. याउलट जेव्हा शेअर बाजारात आनंदाचं वातावरण पसरलेलं असेल तेव्हा तिथे 'धोका' अशी पाटी असल्याचं स्वतःला सांगून त्यानं सावधगिरी बाळगली पाहिजे. आपण खरंच वॉरन बफे सांगतो, त्यानुसार योग्य वेळेला गुंतवणूक करतो का? त्याचं उत्तर बहुतेक करून नकारार्थीच असतं. जे लोक होकारार्थी उत्तर देत असतील त्यांनी गुंतवणुकीमध्ये भन्नाट यश मिळवलं असेल याविषयी अगदी खात्रीच वाटते.

मंत्र ५

इतर सगळे गुंतवणूकदार घाबरलेले असताना 'हावरट व्हा' आणि इतरजण हावरट असताना 'घाबरून जा.'

अवघड वाटतील अशा संकल्पना एकदम सोप्या आणि मजेशीर भाषेत सांगण्याची विलक्षण हातोटी वॉरन बफेला लाभली आहे. नेमकी कधी गुंतवणूक करावी आणि कुठल्या वेळेला ती काढून घ्यावी, यासंबंधीचं त्याचं विवेचन अत्यंत समर्पक आहे. हे विधान त्याचंच उत्तम उदाहरण आहे. गुंतवणूक करत असताना गुंतवणूकदारानं फक्त स्वतःचा विचार न करता आपल्या आजूबाजूला- म्हणजेच शेअर बाजारात काय परिस्थिती आहे याचा अंदाज घ्यावा, असं बफे म्हणतो. म्हणूनच जेव्हा इतर सगळे गुंतवणूकदार घाबरलेले असतील तेव्हा आपण अक्षरशः हावरटासारखं वागलं पाहिजे, असं त्याचं म्हणणं आहे. याचा सोपा अर्थ म्हणजे जेव्हा शेअर बाजारात निरुत्साहाचं वातावरण पसरलेलं असेल आणि विक्रीचा जोरदार मारा सुरू असेल, अशा वेळी आपण प्रचंड उत्साही असलं पाहिजे. अशा वेळी आपण शक्य तितकी खरेदी केली पाहिजे. इतर गुंतवणूकदारांचं म्हणणं बरोबर असेल, टीव्हीवर जे दाखवलं जातं ते आणि वर्तमानपत्रांमध्ये जी भाकितं केली जातात ती भाकितं हे सगळं खरं ठरेल आणि आपलं यातून प्रचंड नुकसान होईल अशी भीती गुंतवणूकदारांनी मनातून पूर्णपणे काढून टाकली पाहिजे. अत्यंत आक्रमकपणे खचलेल्या शेअर बाजारात खरेदी केली पाहिजे.

याउलट जेव्हा अगदी पानवाला आणि शेअर बाजाराचा गंध

नसलेला आपला एखादा मित्र-सहकारीसुद्धा शेअर बाजाराविषयी उत्साहानं बोलत असेल तेव्हा शेअर बाजाराची घसरण सुरू होण्याचा काळ जवळ आला आहे असं समजावं, असं अनेक जण म्हणतात. कुणालाच शेअर बाजार नक्की कधी वर जाईल किंवा खाली जाईल याविषयी ठाम अंदाज बांधणं शक्य नसतं; अगदी वॉरन बफेलासुद्धा. म्हणूनच या भानगडीतच पडू नये. उलट जेव्हा शेअर बाजारात बराच काळ अत्यानंदाचं आणि उत्सवाचं वातावरण कायम टिकून राहिलेलं असेल, अशा काळामध्ये आपण सावध व्हावं.

याचा अर्थ, शेअर बाजारात इतर लोक हावरट बनलेले असताना आणि तेजीचं वातावरण असताना आपण आपली सगळी गुंतवणूक काढून घ्यावी का? अजिबात नाही. उलट वॉरन बफे तर शक्य असेल तर आपली गुंतवणूक 'कायमस्वरूपी' ठेवावी असं म्हणतो. प्रत्येकाला ते शक्य नाही. म्हणूनच शेअर बाजार खूप वर गेलेला असताना किमान नव्यानं गुंतवणूक न करणं किंवा ती कमी करणं आणि आधीच गुंतवणूक केलेली असेल आणि आपल्याला त्या गुंतवणुकीमधला थोडा हिस्सा खर्चासाठी लागू शकतो असं वाटत असेल, तर तेवढ्या प्रमाणात ती काढून घेणं इतकंच गुंतवणूकदारानं करावं. जर पैसे आणखी किमान पाच-सात वर्षं लागणार नसतील, तर मात्र शेअर बाजारामध्ये हाव पसरलेली असो वा भीती; गुंतवणूकदारानं त्याकडे पूर्ण दुर्लक्ष करावं, हे सगळ्यात चांगलं.

वॉरन बफे बोलतो तसा वागतो, याचं उत्तम उदाहरण म्हणजे १९९९-२००१ या काळात इंटरनेटशी संबंधित असलेल्या कंपन्यांच्या शेअर्समध्ये तुफान तेजीचं वातावरण पसरलेलं असताना म्हणजेच सगळे हावरट बनलेले असताना बफे मात्र या कंपन्यांपासून पूर्णपणे दूर राहिला. यामुळे काही जणांनी त्याची चेष्टाही केली; पण शेवटी बफेचा निर्णय बरोबर होता हे सिद्ध झालं. या कंपन्यांचे शेअर्स पत्त्यासारखे कोसळले. याउलट २००८ साली जागतिक महामंदी सुरू झाल्यानंतर सगळ्या शेअर बाजारांमध्ये सन्नाटा पसरलेला असताना बफेनं हावरटासारखी शेअर्सची खरेदी केली आणि पुढच्या पाच-सात वर्षांमध्ये प्रचंड कमाई केली.

मंत्र ६

रोल्सरॉईस गाडीतून येणारे लोक लोकल ट्रेनमधून प्रवास करणाऱ्या लोकांचा सल्ला घेण्यासाठी येतात, अशी 'वॉल स्ट्रीट' ही एकमेव जागा आहे.

गुंतवणूक सल्लागार, आर्थिक भाकितं करणारे विश्लेषक, शेअरदलाल अशा लोकांपासून एकदम सावध राहावं, असं वॉरन बफे म्हणतो. अर्थात यातही अनेक अपवाद असतात, हे आग्रहानं सांगितलं पाहिजे. ते वगळता उरलेले बव्हंशी 'तज्ज्ञ' लोक सर्वसामान्य माणसांना गुंतवणुकीशी संबंधित असलेले निरनिराळे सल्ले देतात, त्यामागे स्वतःचा खिसा भरण्याचं त्यांचं एकमेव उद्दिष्ट असतं, असं बफे म्हणतो. म्हणूनच रोल्सरॉईससारख्या गाडीतून येणारे लोक म्हणजेच गुंतवणूकदार लोकल ट्रेनमधून प्रवास करणाऱ्या सल्लागारांच्या हाती आपली संपत्ती सोपवून मोकळे होतात, असं त्याला म्हणायचं आहे. या लोकांना गुंतवणूकदार नक्की कुठे गुंतवणूक करतात यानुसार या गुंतवणुकीमधला हिस्सा 'कमिशन' म्हणजे दलालीच्या रूपात मिळत असतो. साहजिकच शक्य तितकी जास्त दलाली कमावण्यासाठी त्यांची धडपड सुरू असते. गुंतवणूकदाराचा त्यात फायदा झाला किंवा नाही, याची त्यांना तशी फिकीर नसते. आपला खिसा भरण्याशी त्यांचा मतलब असतो. सातत्यानं गुंतवणूकदारांनी शेअर्सची किंवा गुंतवणूक योजनांची खरेदी-विक्री करावी असा त्यांचा प्रयत्न असतो. याचं कारण म्हणजे अशा दर खरेदी-विक्रीच्या व्यवहारामधून त्यांच्या खिशात दलालीचे पैसे जातात. गुंतवणूकदार

अशा प्रकारे विनाकारण आपल्या कमाईतला हिस्सा तर गमावतोच; पण शिवाय त्याला शेअर्स किंवा म्युच्युअल फंड वगैरेंच्या विक्रीतून मिळालेल्या नफ्यावर करही भरावा लागतो. नवनव्या योजनांच्या मागे लागून पदरात यश फारसं पडत तर नाहीच; पण विनाकारण खरेदी-विक्री करण्याच्या जाळ्यात तो कायमसाठी अडकून पडतो.

गुंतवणूकदाराचं यश आणि त्याचं हित याचा मुख्य विचार करून त्यानंतर आपल्या नफ्याचा विचार करणारे गुंतवणूक सल्लागारही आहेत. दुर्दैवानं अशा गुंतवणूक सल्लागाराऐवजी नफेखोरीसाठी टपून बसलेल्या गुंतवणूक सल्लागाराकडे गुंतवणूकदार गेला की त्याचं नुकसान व्हायला सुरुवात होते. सातत्यानं निरनिराळ्या कंपन्यांचे शेअर्स विकत घेण्याचा/विकण्याचा तसंच म्युच्युअल फंडांच्या किंवा विम्याच्या असंख्य योजना त्याच्या माथी मारण्याचा प्रकार सुरू होतो. गुंतवणूकदाराला यातलं फारसं काही कळत नसल्यामुळे तो बिचारा आकर्षक सादरीकरण, प्रभाव पडेल अशा संज्ञांचा, तसंच संकल्पनांचा वापर, आकर्षक नफ्याची दाखवण्यात आलेली लालूच, अशा सगळ्या गोष्टींना बळी पडतो.

यावर उपाय काय? एक तर गुंतवणूकदारानं स्वतःच या सगळ्या गोष्टींचा नीटपणे अभ्यास केला पाहिजे किंवा कुठल्याही गुंतवणूक सल्लागारावर विसंबून राहण्यापूर्वी त्याची खातरजमा केली पाहिजे. जसं, कुठल्याही डॉक्टरकडे आपण जाण्यापूर्वी त्याच्याविषयी आजूबाजूला चौकशी करतो, तसंच आपल्या आर्थिक आरोग्याविषयी आपण खूप जागरूक असलं पाहिजे. आपली जी काही संपत्ती असेल ती सुरक्षित ठेवण्यासाठी, तसंच वाढवण्यासाठी आपण कुणाला पाचारण करत आहोत त्या माणसाविषयी आपल्याला अगदी पूर्ण खात्री असली पाहिजे. काही कारणानं ती पटू शकत नसेल, तर इंटरनेटवरच्या 'व्हॅल्यू रिसर्च', 'मॉर्निंगस्टार' अशा काही वेबसाईट्सचा आपल्याला उपयोग होऊ शकतो.

जर एखादा गुंतवणूक सल्लागार आपल्यासमोर सातत्यानं नवनव्या योजना सादर करत असेल किंवा आपण आधी केलेल्या गुंतवणुकीमध्ये बदल करून खरेदी-विक्री करण्याचा सल्ला नेहमी देत असेल, तर तो सल्लागार आपल्या नव्हे तर त्याच्या यशासाठी आसुसलेला आहे, असं

सरळ स्वतःला सांगावं आणि आपली त्याच्याकडची गुंतवणूक कायमसाठी काढून घ्यावी. अर्थातच यातलं काहीच नको असेल तर बऱ्याच वर्षांपासून अस्तित्वात असलेल्या आणि सातत्यपूर्ण कामगिरी करणाऱ्या एक किंवा दोन म्युच्युअल फंड योजनांमध्ये स्वतःहोऊन गुंतवणूक करावी आणि एकदम निर्धास्त राहावं!

मंत्र ७

गुंतवणुकीमध्ये भन्नाट यश मिळवण्यासाठी भन्नाट गोष्टी करण्याची अजिबात गरज नसते.

वॉरन बफेकडे लोक आ वासून बघतात. तो अब्जाधीश कसा काय झाला, याविषयी अनेक लोकांनी लिहिलं आहे. बफेनं खूप काहीतरी जगावेगळं केलेलं असणार आणि म्हणूनच तो इतकी आर्थिक समृद्धी प्राप्त करू शकला, असं सर्वसामान्य लोकांना वाटतं. तसंच गुंतवणूक हा विषय अत्यंत क्लिष्ट असून, तो आपल्या आवाक्यापलीकडचा आहे, असंही त्यांना वाटतं. त्यातच शेअर बाजारामधल्या घडामोडींविषयी अनेक गणितं, समीकरणं, आलेख, भाकितं, समीक्षा हे बघून सर्वसामान्य लोकांची पुरती घाबरगुंडी उडते. शेअर बाजारात किंवा एकूणच गुंतवणुकीत आपल्याला यश मिळणं अशक्य आहे, असं त्यांना वाटत राहतं. या भीतीपोटी ते शेअर बाजारात गुंतवणूक करायचं टाळतात. हे धाडस आपल्याला परवडण्यासारखं नाही, असं त्यांना वाटतं. खरं म्हणजे यातून ते आपलं नुकसानच करून घेतात.

वॉरन बफे म्हणूनच शेअर बाजारात भन्नाट यश मिळवण्यासाठी खूप भन्नाट गोष्टी करण्याची अजिबातच गरज नसल्याचं आग्रहानं सांगतो. याचा अर्थ, कुणालाही शेअर बाजारात सहजपणे वॉरन बफेसारखं यश मिळू शकतं, असा चुकूनही काढू नये. बफेच्या यशामागे एकलव्यासारखा एकाच लक्ष्याचा ध्यास घेण्याचा स्वभाव, कमालीची सोशिकता, विलक्षण बुद्धिमत्ता, रास्त जोखीम पत्करण्याचा स्वभाव, दीर्घ मुदतीचा विचार करून इतर सगळ्या गोष्टींकडे साफ दुर्लक्ष

करण्याची तयारी, अशा अनेक गोष्टी आहेत. पण म्हणून गुंतवणुकीच्या विश्वात थोडंफार यश मिळवण्यासाठी बफेमध्ये असलेले सगळेच्या सगळे गुण आपण आत्मसात करायला हवेत, असं अजिबातच नाही. बफेइतकं यश प्राप्त करण्याची आशासुद्धा खरं म्हणजे कुणी बाळगू नये; कारण यातून निराशा पदरी पडण्याची शक्यताच दाट आहे.

असं असताना बफेच्या या विधानाचा अर्थ कसा लावायचा? इथं बफे सर्वसामान्य गुंतवणूकदारांना दिलासा देण्याचा प्रयत्न करताना दिसतो. गुंतवणुकीत यश मिळवण्यासाठी जगावेगळं काहीतरी करणं किंवा खूप क्लिष्ट संकल्पना समजून घेणं शक्य नाही, असं त्याला इथं म्हणायचं आहे. सातत्यपूर्ण कामगिरी करणारे अनेक शेअर्स शेअर बाजारात उपलब्ध असतात. त्यांच्याविषयीची माहितीही उपलब्ध असते. असे काही निवडक 'ब्ल्यूचिप' शेअर्स कुणीही खरेदी केले आणि दीर्घ मुदतीसाठी आपल्याकडेच ठेवले, तर अगदी सर्वसामान्य गुंतवणूकदारसुद्धा कसलाच अभ्यास न करता शेअर बाजारात चांगलं यश मिळवू शकतो. विनाकारण किचकट आलेख, पी/ई रेशो, नेट प्रॉफिट, टार्गेट प्राईस, महागाईचा दर, व्याजदर, जीडीपी, चालू खात्यातली तूट, रुपया आणि डॉलर यांच्यातला दर, एनपीए अशा कुठल्याच गोष्टींचा विचार करण्याची त्याला गरज पडत नाही. शक्यतो शेअर बाजार खूपच वर गेलेला असताना अशी खरेदी टाळली, तर गुंतवणूकदाराचं नुकसान होण्याची शक्यता जवळपास मावळतेच. विशेषतः गुंतवणूकदार दहाएक वर्षं आपली गुंतवणूक टिकवून धरणार असेल, तर प्रश्नच मिटला.

याउलट शेअर बाजारात यश मिळवायचं असेल, तर अशा सगळ्या संकल्पना समजून घेणं गरजेचं आहे, असा गैरसमज अनेक जण मुद्दामच पसरवत असतात. यामुळे हा काहीतरी गूढ प्रकार आहे आणि आपल्याला तो सहजासहजी साध्य होणार नाही, अशा भावनेपोटी सर्वसामान्य गुंतवणूकदार एक तर हताश होऊन यापासून पार दूर राहतो किंवा चुकीच्या सल्ल्यांना बळी पडतो. साक्षात वॉरन बफेच आपल्याला या सगळ्याची अजिबात गरज नसल्याचा दिलासा देत असताना, इतर कुणाचंही ऐकण्याची गरज आपल्याला अजिबातच पडू नये हे नक्कीच! यासाठीचं त्याचं आणखी एक विधान ऐकण्यासारखं आहे : गुंतवणुकीत यश मिळवण्यासाठी आपण रॉकेटशास्त्रज्ञ वगैरे असण्याची अजिबातच

गरज नाही; किंबहुना गुंतवणुकीच्या विश्वात १६० बुद्ध्यंक असलेला माणूस १३० बुद्ध्यंक असलेल्या माणसाहून जास्त यश मिळवेल, असं अजिबातच नाही.

मंत्र ८

शेअर बाजाराविषयीची भाकितं मांडणाऱ्या लोकांमुळे होणारा आपला एकमेव फायदा म्हणजे त्यांच्यामुळे ज्योतिषीसुद्धा खूप चांगले वाटायला लागतात.

भविष्यात काय घडणार आहे याविषयी कुणालाच माहीत नसतं. तरीही प्रत्येक माणसाला त्याविषयी प्रचंड कुतूहल असतं. भविष्यात घडणाऱ्या घटनाक्रमाविषयी आपल्याला आत्ताच समजलं, तर यामुळे आपल्याला संभाव्य धोक्यांचा सामना करणं, तसंच मिळू शकणाऱ्या यशासाठीची तयारी करणं शक्य होईल, अशी भाबडी आशा वाटते. ज्योतिषाचा संपूर्ण व्यवसाय याच गृहीतकावर आधारित असतो. माणसाच्या मनात असलेली भीती त्याला ओंजारून गोंजारून दूर करणं आणि त्याला दिलासा देणं म्हणजे भविष्य सांगणं, अशी आपण ज्योतिष्यांच्या कामाचं वर्णन करू शकतो. विज्ञानात ज्योतिष'शास्त्रा'ला स्थान नाही.

वॉरन बफेच्या विश्वात शेअर बाजारामधल्या ज्योतिष्यांनाही अजिबात स्थान नाही. शेअर बाजाराविषयी सातत्यानं अनेक 'तज्ज्ञ' आणि विश्लेषक भाष्यं करत असतात. ती हमखास अत्यंत विनोदी ठरतात. आता शेअर बाजार कोसळणार असं एखाद्या भाष्यकारानं म्हणताच शेअर बाजार विलक्षण वेगानं वर जातो, तर तो तेजीत वर जाणार असं कुणी म्हटलं की, तो कोसळतो. अनेक जण एकाच वेळी शेअर बाजाराविषयी परस्परविरोधी भाकितं मांडत असल्यामुळे, त्यांची सरासरी होऊन काही जणांचं म्हणणं बरोबर ठरणार आणि काही जणांचं म्हणणं चुकीचं ठरणार, हेही उघड आहे. तसंच, ज्यांची भाकितं आत्ता खरी

ठरली, त्यांची भाकितं पुढच्या वेळी चुकीची ठरतात, हेही तितकंच खरं. दस्तुरखुद्द वॉरन बफेनं आपल्याला शेअर बाजाराविषयी खात्री देणं कधीच जमलेलं नसल्याची कबुली दिली आहे. आपण त्या भानगडीतच पडत नाही, असं तो म्हणतो. याचं कारण म्हणजे जसं कुणालाच सर्वसामान्य भविष्य सांगणं जमत नसतं, तसंच शेअर बाजाराचंही आहे. फक्त काही जणांना 'तज्ज्ञ' म्हणून शिक्का लाभतो आणि ते सुटाबुटात शेअर बाजाराविषयीची भाकितं करत राहतात. गंमत म्हणजे आपण आदल्या दिवशी काय बोललो होतो, याचाही त्यांना विसर पडतो आणि ते आता कोलांटीउडी मारून एकदम वेगळंच बोलतात. याच्या पुढच्या दिवशी पुन्हा ते नवी कोलांटीउडी मारतात. अनेक टीव्ही चॅनेल्स, वेबसाईट्स, बिझिनेसशी संबंधित असलेली वर्तमानपत्रं आणि नियतकालिकं यांचा व्यवसाय चालू राहण्यासाठी असे लोक सगळीकडेच लागतात.

असे लोक अनेक गोष्टींचा बारकाईनं अभ्यास करून दररोज गुंतवणूकदारांना शेअर्सच्या खरेदी-विक्रीचा सल्ला देतात. आशेपोटी बिचारे गुंतवणूकदारसुद्धा या सल्ल्यांना अंतिम शब्द मानून शेअर्सची खरेदी-विक्री करतात. यातली गंमत अशी की, दररोज जर कंपन्यांचं भवितव्य बदलणार असेल तर या कंपन्या टिकाव धरूच कशा शकतील, असा साधा प्रश्न गुंतवणूकदारांना पडत नाही. उदाहरणार्थ, एखाद्या बँकेच्या शेअर्सच्या विक्रीचा सल्ला 'पुढचे दोन महिने या बँकेला चांगले दिवस नाहीत' असं म्हणून दिला जातो. दहा वर्षं मुदतीसाठी गुंतवणूक करणाऱ्या माणसाला या बँकेच्या पुढच्या दोन महिन्यांमधल्या भविष्याशी काहीही देणंघेणं नसतं. त्याचं मन मात्र सतत भयभीत असतं. आपण केलेली गुंतवणूक योग्य तर आहे ना, अशी शंका त्याला कायम भेडसावत असते. हा मानवी स्वभाव आहे. यामुळे तो सगळ्या सल्लागारांचे सल्ले सतत ऐकत राहतो आणि अनेकदा या सल्ल्यांनुसार आपल्या गुंतवणुकीविषयीचे निर्णय घेऊन मोकळासुद्धा होतो.

खरं म्हणजे रस्त्यावर बसलेला कुडमुडा ज्योतिषी आणि सतत शेअर बाजाराविषयीचे सल्ले देणारे 'तज्ज्ञ' यांच्यात कसलाच फरक नसतो. दोघांमुळेही बिचाऱ्या सर्वसामान्य माणसाची पार दिशाभूल होते. ज्या माणसाला यशस्वी गुंतवणूकदार व्हायचं असेल, त्यानं म्हणूनच

खूप विचार करून गुंतवणुकीचा निर्णय घेतला पाहिजे आणि त्यानंतर निव्वळ करमणूक म्हणून हे सगळे सल्ले ऐकले पाहिजेत. या सल्ल्यांना महत्त्व देण्याची अजिबातच गरज नसते, हे त्यानं कायम लक्षात ठेवलं पाहिजे.

मंत्र ९

शेअर बाजार हे ठिकाण कार्यरत माणसाकडून सबुरीनं वागणाऱ्या माणसाकडे संपत्ती जमा करण्यासाठीचं ठिकाण आहे.

शेअर बाजाराविषयी लोकांचे असंख्य गैरसमज असतात. त्यामधला एक मुख्य गैरसमज म्हणजे गुंतवणुकीमध्ये यश मिळवायचं असेल, तर त्यासाठी आपण शेअर बाजारात सातत्यानं कार्यरत असलं पाहिजे; याचाच अर्थ आपण सातत्यानं खरेदी-विक्री केली पाहिजे किंवा शेअर बाजारात सुरू असलेल्या घडामोडींविषयी जाणून घेतलं पाहिजे. आपण शेअर बाजारातल्या घडामोडींविषयी तसंच गुंतवणुकींच्या पर्यायांमधल्या नवनव्या गोष्टींविषयी जितकं जाणून घेऊ तितकं आपल्याला जास्त यश मिळेल, अशी भाबडी आशा गुंतवणूकदारांना वाटते. साहजिकच वर्तमानपत्रांपासून टीव्ही ते इंटरनेट अशा सगळ्या माध्यमांमधून ते याविषयीची माहिती मिळवत राहतात. तसंच प्रत्येक घडामोडीचा शेअर बाजारावर आणि म्हणूनच आपल्या गुंतवणुकीवर काय परिणाम होतो, याविषयीची खबरबात जाणून घेण्यासाठीही ते धडपडत असतात. अलीकडच्या काळात तर अर्थकारण आणि शेअर बाजार यांच्याविषयीचे 'अपडेट्स' प्रत्येक गुंतवणूकदाराच्या मेलबॉक्समध्ये आणि स्मार्टफोनमध्ये सातत्यानं आदळत असतात. असे अपडेट्स आले नाहीत तर गुंतवणूकदार अस्वस्थ होतो.

या सगळ्यामुळे आपण आपल्या गुंतवणुकीविषयी काहीतरी करत राहिलं पाहिजे, अशी भावना गुंतवणूकदारांना भंडावून सोडते. जर

आपण असं केलं नाही तर आपण काहीतरी चूक करत आहोत, असं त्यांना वाटतं. तसंच कित्येक महत्त्वाच्या घडामोडींचा परिणाम आपल्या गुंतवणुकीवर होत असूनसुद्धा आपण नुसतं त्याकडे बघत बसणं योग्य नसल्याचंही त्यांचं मत होतं. इतर सगळे गुंतवणूकदार सातत्यानं आपापल्या गुंतवणुकीविषयी काहीतरी करत असतात आणि अनेक तज्ज्ञ आणि सल्लागार सतत अर्थकारण-शेअर बाजार यांच्याविषयी माध्यमांमधून बोलत राहतात. साहजिकच आपण या स्पर्धेतून बाहेर फेकले जाण्याची आणि गुंतवणुकीत अपयशी ठरण्याची भीती अनेक जणांना वाटते.

एकप्रकारे फेसबुक, व्हॉट्सॲप, ट्विटर, ई-मेल यांच्यासारख्या अत्याधुनिक संदेशवहन व्यवस्थेमुळे अनेक माणसांवर सातत्यानं 'कनेक्टेड' राहण्याचं जे दडपण येतं, तेच इथं गुंतवणूकदारांच्या बाबतीत घडतं. सततच्या संभाषणामुळे आणि संदेशांच्या देवाणघेवाणीमुळे आपलं इतर लोकांशी असलेलं नातं अजिबातच सुधारत नाही आणि उलट आपण संभाषणाच्या या अतिरेकामुळे आपली कार्यक्षमता गमावून बसतो. इथं सातत्यानं आपल्या गुंतवणुकीविषयी काहीतरी केलं पाहिजे, अशा गैरसमजापोटी आपलं विनाकारण नुकसान होतं. खरं म्हणजे शेअर बाजारात किंवा म्युच्युअल फंड योजनांमध्ये केलेली गुंतवणूक, ही अशी दररोज तपासण्यासाठी नसतेच. तिच्यात सातत्यानं चढ-उतार येतातच. या चढ-उताराची सवय गुंतवणूकदारानं करून घेतलीच पाहिजे. वॉरन बफे इथं आपल्याला नेमकं हेच सांगतो. शेअर बाजारात जो माणूस सातत्यानं खरेदी-विक्रीचे व्यवहार करतो, त्या माणसाकडून हमखास चुका होतात. काही वेळा तो अचूकपणे 'मार्केट टायमिंग' साधतोही; पण यामुळे त्याचा आत्मविश्वास विनाकारणच वाढतो आणि तो सारखा 'योग्य वेळ साधून' खरेदी-विक्री करण्याच्या मागे लागतो. हे कुणालाच दीर्घ काळ जमणं शक्य नाही. साहजिकच अशा माणसाला लवकरच आपल्या या स्वभावामुळे मोठं नुकसान सोसावं लागतं.

शेअर बाजारात जेव्हा एखाद्या माणसाचा फायदा होतो, तेव्हा दुसऱ्या कुणाचं तरी नुकसान होणं गरजेचं असतं; कारण प्रत्येक खरेदीमागे कुणाची तरी विक्री सुरू असते. जो माणूस योग्य प्रकारची गुंतवणूक करतो आणि त्यानंतर सबुरीनं वागून आपलं मन शांत ठेवून

दीर्घ काळासाठी शेअर बाजारातल्या घडामोडींनुसार आपल्या गुंतवणुकीमध्ये सारखे बदल करण्याची चूक करत नाही, तोच इथं 'लंबी रेस का घोडा' ठरतो आणि यश मिळवतो. असे गुंतवणूकदार एकदम मोजके असतात. बहुसंख्य गुंतवणूकदारांना शेअर बाजारात आपण सतत या ना त्या मार्गानं कार्यरत राहिलं पाहिजे, असं उगीचच वाटत असतं. यामुळे आपण आपलं किती नुकसान करून घेतो, याची त्यांना अजिबात जाणीव नसते. म्हणूनच 'शेअर बाजार हे सबुरी राखणाऱ्या माणसाकडे कार्यरत माणसाकडून संपत्ती जमा करण्याचं ठिकाण आहे,' असं बफे म्हणतो!

मंत्र १०

मी शेअर बाजारात कमाई करण्याचा कधीच प्रयत्न करत नाही. उद्या शेअर बाजार बंद होईल आणि पुढची दहा वर्षं तो उघडणार नाही, असं स्वतःला बजावून मी नेहमी गुंतवणूक करतो.

'शेअर बाजारात आज गुंतवणूकदारांचं कोट्यवधी रुपयांचं नुकसान', 'सेन्सेक्स आपटला', 'गुंतवणूकदार भयभीत', 'सेन्सेक्सची दिवाळी', '२०२० सालापर्यंत सेन्सेक्स एक लाख अंकांवर जाणार' अशा अनेक बातम्या आपल्यावर सतत आदळत असतात. काही लोक दररोज आपलं वजन करून बघतात किंवा आपला रक्तदाब तपासून बघतात. आपल्या तब्येतीवर होणारा परिणाम किंवा आपल्या आदल्या दिवशीच्या व्यायाम-आहाराचे परिणाम असे लगेचच दिसून येत नसतात, हे माहीत असूनसुद्धा अनेक जण हे करत राहतात. यातला फोलपणा त्यांच्या लक्षात येत असूनसुद्धा निव्वळ मनाचं समाधान किंवा लागलेली सवय म्हणून हे चालूच राहतं. असाच प्रकार शेअर बाजाराच्या बाबतीतसुद्धा घडतो. शेअर बाजारात जवळपास प्रत्येक कंपनीच्या शेअरची किंमत दररोज बदलते. खरं म्हणजे या वाक्यातूनच यातली निरर्थकता आपल्या लक्षात यावी. कुठल्याही कंपनीचं भवितव्य शेअर बाजार दररोज कसा काय ठरवू शकतो? हे निव्वळ मूर्खपणाचं नाही का? हा मूर्खपणाच वॉरन बफे आपल्याला इथं लक्षात आणून देतो.

शेअर बाजाराकडे बघण्याचा बफेचा दृष्टिकोन अगदी स्पष्ट आहे. आपल्याला हवं तेव्हा हवे ते शेअर्स हव्या त्या किमतीत अधूनमधून

उपलब्ध करून देणारं ठिकाण यापलीकडे त्याच्या नजरेतून शेअर बाजाराला काहीच महत्त्व नाही. शक्य असेल तर वर्षातून एकदाच शेअर बाजाराचं कामकाज सुरू राहावं, असं त्याला वाटतं. इतकंच नव्हे, तर आपल्याकडे असलेल्या शेअर्सच्या किमती कशा वरखाली होत आहेत, हे बघण्यातही आपल्याला अजिबात रस नाही, असं तो सांगतो. सर्वसामान्य गुंतवणूकदारांच्या दृष्टीनं हे अत्यंत धक्कादायक विधान आहे. शेअरची किंमत किती आहे हे बघून तर ते खरेदी-विक्रीचा निर्णय घेतात. असं असताना बफे शेअर बाजार पुढची दहा वर्षं बंद राहिला तरी चालेल, असं कसं काय म्हणू शकतो? यामागचं मुख्य कारण म्हणजे ज्या कंपनीचे शेअर्स आपण विकत घेतो, ती कंपनी पुढच्या तीन-सहा महिन्यांमध्ये किती यश मिळवते याच्याशी आपल्याला काहीच देणंघेणं नाही, असं त्याचं मत आहे. पुढच्या पाच-दहा वर्षांनंतर तिची परिस्थिती काय असेल, एवढंच आपल्याला महत्त्वाचं वाटतं, असं तो म्हणतो. चांगल्या कंपन्या आपल्या शेअरधारकांना सातत्यानं 'डिव्हिडंड'ही देत असतात. त्यामुळे आपल्याला आपल्या गुंतवणुकीतून आपला खर्च चालवण्यापुरतं उत्पन्न मिळत राहतं, असं तो म्हणतो. असं असताना आपल्याकडच्या कागदी संपत्तीमध्ये किती चढउतार होतो आहे हे कशाला बघायचं, असा त्याचा रास्त सवाल आहे. यामुळे विनाकारणच आपल्या मनात चलबिचल सुरू होते, असं त्याचं मत प्रत्येक गुंतवणूकदाराला पटेल.

अलीकडच्या जमान्यात तर शेअर बाजारात 'तांत्रिक विश्लेषण (टेक्निकल ॲनॅलिसिस)'चा बोलबाला आहे. दररोजच नव्हे तर क्षणाक्षणाला कुठल्या शेअरच्या किमतीत किती वाढ-घट होत चालली आहे आणि त्याआधारे कुठल्या शेअर्सची खरेदी-विक्री केली पाहिजे, याचे सल्ले तांत्रिक विश्लेषक देत असतात. एकीकडे बफे किमान एका दशकाच्या काळासाठी आपली गुंतवणूक कायम ठेवण्याची भाषा करत असताना, दुसरीकडे गुंतवणूकदारांनी मिनिटामिनिटाला गुंतवणुकीशी संबंधित असलेले निर्णय घ्यावेत, असे सल्ले देणारी 'तज्ज्ञ' मंडळी गुंतवणूकदारांचं किती नुकसान करतात, याचा अंदाज आपण बांधू शकतो. म्हणूनच 'एकदाच विचार करून गुंतवणुकीशी संबंधित असलेला निर्णय घ्या आणि तो निर्णय पुढची काही वर्षं तरी बदलू नका,' असं बफे आपल्याला इथं

सांगतो. जेव्हा पैशांची गरज असेल, तेव्हाच या गुंतवणुकीमधले पैसे काढून घ्या आणि इतर वेळी शेअर बाजारातल्या घडामोडींमुळे आपल्या गुंतवणुकीच्या आकड्यांमध्ये काय बदल घडतो आहे याकडे ढुंकूनसुद्धा बघू नका, असं बफेचं म्हणणं आहे.

दुसरा विभाग

उद्योग आणि
उद्योजक यांच्याविषयी

मंत्र ११

बदलाऐवजी बदलाच्या अभावातून नफा कमावण्याकडे माझा कल असतो. आता रिगलीज च्युईंगगमचंच उदाहरण घ्या. इंटरनेटच्या आगमनामुळे या कंपनीला कसलाच फरक पडला नाही. अशा कंपन्या मला आवडतात.

गुंतवणूक नक्की कुठल्या प्रकारच्या कंपन्यांच्या शेअर्समध्ये करावी याविषयीचा वॉरन बफेचा हा दृष्टिकोन लक्षात घेण्यासारखा आहे. याचं कारण म्हणजे सर्वसामान्य गुंतवणूकदार सातत्यानं विज्ञान, तंत्रज्ञान, अर्थकारण, लोकांच्या आवडीनिवडी, राजकीय आणि सामाजिक बदल अशा गोष्टींमुळे आपल्या गुंतवणुकीवर काय परिणाम होतील याचा विचार करत राहतात. उदाहरणार्थ, सौर ऊर्जा, पवन ऊर्जा अशा क्षेत्रांमध्ये तेजी येणार, असं काही वर्षांपूर्वी म्हटलं गेलं. त्याआधी इंटरनेटच्या आगमनामुळे 'डॉट कॉम' कंपन्यांच्या छत्र्या उघडल्या, फडफडल्या आणि बंद झाल्या. भारतात २०१४ साली नरेंद्र मोदींचं सरकार आल्यानंतर पायाभूत सुविधांशी संबंधित असलेल्या कंपन्यांची भरभराट होणार असं म्हटलं गेलं. बायोटेक्नॉलॉजी, नॅनोटेक्नॉलॉजी अशा नवनव्या संकल्पनांमुळे तर भविष्यातलं जग कसं भन्नाट असेल आणि त्याचे शेअर बाजारावर कसे परिणाम होतील याविषयी अनेकदा चर्चा होत राहते.

वॉरन बफे या सगळ्यापासून पार दूर आहे. तो अशा बदलांना फारसं महत्त्व देत नाही. या बदलांमुळे माणसाच्या रोजच्या आयुष्यात बदल घडतील हे त्याला मान्य आहे; पण म्हणून आपण आपल्या

गुंतवणुकीशी संबंधित असलेले निर्णय या बदलांशी जोडून टाकावेत, असं त्याला कधीच वाटत नाही. बहुतेक वेळा या बदलांकडे 'त्या वेळचं फॅड' म्हणूनच बघितलं पाहिजे असं त्याला वाटतं. त्याच्या म्हणण्यात खूपच तथ्य आहे. याचं कारण म्हणजे आत्तापर्यंतच्या इतिहासाकडे बघितलं, तर अशा बदलांमुळे किंवा घडामोडींमुळे संबंधित क्षेत्रातल्या कंपन्यांना प्रचंड यश मिळाल्याचं किंवा अशा कंपन्यांमध्ये गुंतवणूक करणाऱ्या गुंतवणूकदारांचं भलं झाल्याचं अभावानंच आढळून आलं आहे. अमेरिकेमध्ये मोटारनिर्मितीची सुरुवात होणं काय किंवा इंटरनेट लोकप्रिय होणं काय; अशी असंख्य उदाहरणं आपल्याला आढळतील.

म्हणूनच या नव्या घडामोडींचा आपल्या गुंतवणुकीशी दुरूनही संबंध जोडू नये, असं बफे म्हणतो. उलट ज्या कंपन्या अनेक वर्षांपासून सातत्यानं आपल्या मुख्य कौशल्याच्या किंवा वेगळेपणाच्या आधारे टिकून आहेत आणि नफा कमवत राहिलेल्या आहेत, अशा कंपन्यांचाच गुंतवणुकीसाठी विचार करण्याचा सल्ला तो देतो. अशा कंपन्यांचा व्यवसाय टिकाऊ असतो आणि त्या दीर्घकालीन मुदतीसाठी गुंतवणूकयोग्य असतात. सर्वसामान्यपणे रोजच्या वापरातल्या वस्तूंचा यात समावेश होतो. उदाहरणार्थ, लोक पटकन आपली टूथपेस्ट बदलत नाहीत किंवा आपल्या अंतर्वस्त्रांचा ब्रँड बदलत नाहीत. अशा क्षेत्रांमध्ये ज्या कंपन्यांनी आपलं वर्चस्व प्रस्थापित केलेलं असेल, त्या कंपन्या गुंतवणूकदारांना चांगला नफा मिळवून देतात. अर्थात ही उदाहरणं इथं नमुन्यापुरतीच दिली आहेत. स्वतः बफेनं रिगलीखेरीज कोकाकोलाचंही उदाहरण याच संदर्भात दिलं आहे.

एकूणच सातत्यानं बदल घडवणाऱ्या कंपन्या, आपल्या कामाचं स्वरूप बदलणाऱ्या कंपन्या, नवनव्या घडामोडींमुळे संकटात सापडू शकतील अशा कंपन्या, या सगळ्यांपासून दूर राहावं, असा बफेचा सल्ला आहे. उलट ज्या कंपन्या आपल्याला वरवर कंटाळवाण्या वाटतात आणि वर्षानुवर्षं एकाच पद्धतीनं काम करत राहतात आणि तरीही नफा कमवत राहतात, अशाच कंपन्यांकडे गुंतवणूकदार वळले पाहिजेत, असं बफे म्हणतो. नव्या फॅशन्स, नवं तंत्रज्ञान, नव्या संकल्पना या सगळ्यांना बफे आपल्या गुंतवणुकीच्या विश्वापासून दूर ठेवतो. तो प्रचंड वाचन करत असल्यामुळे या सगळ्या गोष्टींविषयी तो

वाचतो खरा; पण ते निव्वळ स्वतःला जगात काय चाललं आहे हे समजलं पाहिजे म्हणून. या नव्या गोष्टींचा तो आपल्या गुंतवणुकीतल्या निर्णयांवर अजिबात परिणाम होऊ देत नाही.

मंत्र १२

मूलतः खराब असलेल्या एखाद्या कंपनीचं व्यवस्थापन उत्कृष्ट दर्जाच्या लोकांकडे आलं तरी शेवटी त्या कंपनीचा लौकिक टिकून राहतो.

उद्योगाशी आणि व्यवस्थापनाशी संबंधित असलेले जाडजूड ग्रंथ चार-पाचशे पानांमध्ये जी तत्त्वं सांगू शकणार नाहीत, अशी तत्त्वं वॉरन बफे अत्यंत सहजपणे एका वाक्यात सांगून जातो. तसंच अशा प्रकारच्या त्याच्या विधानांमधली विसंगती आपल्याला हसवूनही जाते. हे विधान त्यातलंच एक आहे. गुंतवणूकदार जेव्हा गुंतवणूकयोग्य कंपन्यांचा विचार करत असतात, तेव्हा त्यांनी ज्या अनेक गोष्टींचा विचार केला पाहिजे, त्यामधली एक अत्यंत महत्त्वाची गोष्ट म्हणजे कुठल्याही कंपनीचा दर्जा, ही असते. जसं, आतून पार गंजलेल्या मोटारीला वरून रंगाचा छानसा मुलामा दिल्यामुळे त्या मोटारीची खरी परिस्थिती अजिबात बदलत नाही, तसंच काहीसं कंपन्यांच्या बाबतीतसुद्धा घडतं, असं इथं बफेला म्हणायचं आहे. अनेकदा अवघड परिस्थितीत सापडलेल्या कंपनीला स्थिरस्थावर करण्यासाठी तिचं व्यवस्थापन बदललं जातं. अनुभवी किंवा पूर्वी यश मिळवल्यामुळे नाव कमावलेल्या माणसाला तिच्या 'सीईओ'पदी नेमलं जातं. यामुळे आता कंपनीची अवस्था सुधारेल असं वाटून गुंतवणूकदार अशा कंपनीचे शेअर्स खरेदी करण्यासाठी धडपडायला लागतात.

बफे मात्र अशा वेळी खूप सावध असतो. मुळात कुठलीही कंपनी किती भरभक्कम आहे, तिला किती यश मिळण्याची शक्यता आहे,

तिच्यात चांगले बदल घडू शकतात का, अशा सगळ्या गोष्टींचा तो बारकाईनं विचार करतो. अत्यंत महत्त्वाची गोष्ट म्हणजे कंपनीचं अर्थकारण कसं आहे आणि ते सुधारण्याची शक्यता कितपत आहे, हेही तो नीटपणे तपासतो. या सगळ्या गोष्टींचा आढावा घेतल्यानंतर कंपनीच्या दुर्दशेला कारणीभूत असलेली परिस्थिती आता नव्या व्यवस्थापनाच्या देखरेखीखाली बदलण्याची दाट शक्यता दिसत असेल, तरच तो अशा कंपनीमध्ये गुंतवणूक करण्याचा विचार करतो.

याउलट एखादी कंपनी मुळातच खराब दर्जाची असेल किंवा तिच्यासमोर अडचणींचा अशक्यप्राय डोंगर उभा असेल, तर नुसतं तिचं व्यवस्थापन बदलून फारसा फरक पडत नाही. नवं व्यवस्थापन काही काळ झुंज देण्याचा प्रयत्न करून थकून जातं; पण कंपनीची दुरवस्था तशीच कायम राहते. मुख्य म्हणजे कंपनीमध्ये आर्थिक घोटाळे झालेले असतील किंवा इतर आर्थिक निकषांवर ती गुंतवणूकयोग्य वाटत नसेल तर कितीही प्रामाणिक माणूस तिचा डोलारा सांभाळण्यासाठी बाहेरून आयात केला, तरीसुद्धा तो कंपनीला योग्य मार्गावर नेण्याची शक्यता अगदीच दुर्मीळ असते.

अशा परिस्थितीत गुंतवणूकदारांनी सरळ लांब राहावं, असं बफे म्हणतो. 'विनाकारणच अशा कंपनीमध्ये गुंतवणूक करायची आणि आपल्या पायांवर कुऱ्हाड पाडून घ्यायची ते कशासाठी?' असा त्याचा सवाल आहे. अर्थातच मुळात कंपनी भरभक्कम आणि सचोटीनं वागणारी असेल आणि तिच्यावर तात्पुरतं संकट आलेलं असेल तर नवं व्यवस्थापन ते दूर करू शकतं. याचं ठळक उदाहरण म्हणजे इन्फोसिस कंपनीची कामगिरी घसरत चाललेली असताना एका वर्षासाठी नारायण मूर्ती परतले आणि त्यांनी अनेक निर्णयांची अंमलबजावणी करून झाल्यावर 'सॅप' कंपनीच्या विशाल सिक्का यांच्याकडे कंपनीची सूत्रं सोपवली. त्याबरोबर कंपनीबद्दल गुंतवणूकदारांना वाटत असलेला संशय एकदम दूर झाला. याचं कारण म्हणजे मुळात इन्फोसिस ही कंपनी अत्यंत भरभक्कम, नफा कमावणारी, सातत्यपूर्ण कामगिरी करणारी आणि प्रामाणिकपणे वागणारी असल्याची प्रतिमा अनेक वर्ष रुजली होती. याउलट किंगफिशर एअरलाईन्स किंवा सहारा उद्योगसमूह यांच्या व्यवस्थापनपदी कुणालाही आणलं तरी गुंतवणूकदारांची त्यामधली

गुंतवणूक पार तळाला जाणार, हे नक्कीच आहे. याचं कारण म्हणजे मुळातच फसवाफसवी किंवा कच्चा पाया, हाच या कंपन्यांचा आधार आहे.

मंत्र १३

उद्योगाच्या भाषेला अकौंटिंग म्हणतात.

हिशेब करणं आणि ते व्यवस्थितरीत्या मांडणं म्हणजे अकौंटिंग. कुठल्या कंपनीचा व्यवसाय किती झाला, तिला किती नफा/तोटा झाला, तिची प्रगती सुरू आहे का अधोगती, तिच्यावर किती कर्जं आहेत आणि इतरांकडून तिला किती रक्कम येणं आहे, ही सगळी माहिती आपल्याला कंपनीच्या आर्थिक विश्लेषणातून मिळते. हे आर्थिक विश्लेषण बॅलन्स शीट, प्रॉफिट अँड लॉस अकौंट, वार्षिक अहवाल अशा अनेक गोष्टींच्या अभ्यासातून करणं शक्य होतं. म्हणूनच हिशेबांच्या डोलाऱ्यावर उभा असलेला अकौंटिंगचा विषय म्हणजेच उद्योगाची आणि व्यवसायाची भाषा आहे, असं वॉरन बफे म्हणतो. जर कुणाला शेअर बाजारात थेट गुंतवणूक करायची असेल आणि त्यात यश मिळवायचं असेल, तर अशा माणसानं अकौंटिंगमधल्या किमान मूलभूत संकल्पना तरी शिकून घेतल्याच पाहिजेत, असं बफेला वाटतं. अर्थातच, ज्या लोकांना हे शक्य नाही किंवा त्यांना त्यात रस वाटत नाही, त्यांनी सरळ म्युच्युअल फंड योजनांमध्ये पैसे गुंतवून मोकळं व्हावं, असं तो सुचवतो.

अकौंटिंग हा अत्यंत रंजक; पण ज्यांना त्याचा गंध नाही त्यांच्यासाठी क्लिष्ट विषय आहे. उद्योगाशी संबंधित असलेल्या गोष्टी समजून घेण्यात ज्यांना रस वाटतो, अशा लोकांना अकौंटिंग पटकन समजतं आणि त्यामधली तत्त्वंही समजतात. तसंच अकौंटिंग मुळात का शिकलं पाहिजे, हेसुद्धा कुठल्याही व्यवसायाच्या प्रगतीचा अभ्यास करताना

पटकन लक्षात येतं. काही जणांना मात्र ते रुक्ष वाटू शकतं. इथं आपण गुंतवणूकदारांविषयी बोलत असल्यामुळे अकौंटिंगचा संदर्भ येणं अपरिहार्य आहे. मुळात जर कंपनी प्रसिद्ध करत असलेली आकडेवारी आपल्याला समजत नसेल, तर आपण फक्त इतरांच्या मतांवर आणि सल्ल्यांवर अवलंबून राहू. म्हणजेच 'तज्ज्ञ' आणि सल्लागार मंडळी म्हणतील अशा कंपन्यांमध्येच आपण गुंतवणूक करू. त्यामागे आपल्या स्वतःचा अभ्यास जवळपास नसेलच. अशी गुंतवणूक करणं अत्यंत धोकादायक असतं, असं बफे म्हणतो. इतरांच्या सल्ल्यांनुसार शेअर्समध्ये गुंतवणूक करायची नसेल, तर त्यासंबंधीचा एकमेव पर्याय म्हणजे स्वतः कंपन्यांविषयी जाणून घेणं. कंपनी कशी आहे, ती विश्वासार्ह आहे का, तिचं व्यवस्थापन कसं आहे, हे सगळं आपल्याला समजू शकतं; पण जर कंपनीशी संबंधित असलेली आकडेवारी आपल्याला समजत नसेल, किंवा तिचा अर्थ कसा लावायचा हे कळत नसेल, तर इतर सगळ्या माहितीला तसा काही अर्थ उरत नाही. साहजिकच खरोखर आपल्या गुंतवणुकीविषयी खूप सजग आणि जागरूक असलेल्या गुंतवणूकदारांनी अकौंटिंगसारख्या विषयाची मुळं तरी अभ्यासलीच पाहिजेत. निदान कुठल्याही कंपनीची प्रसिद्ध होत असलेली आकडेवारी समजून घेणं, तिचा अर्थ लावणं आणि आकड्यांमधून दिसत नसलेल्या म्हणजेच लपून बसलेल्या बारीकसारीक गोष्टी हुडकून काढणं, हे प्रत्येक गुंतवणूकदाराच्या दृष्टीनं महत्त्वाचं आहे.

म्हणूनच बफेशी व्यावसायिक संबंध असलेल्या एका स्त्रीच्या मुलीनं बफेला 'आपण महाविद्यालयीन शिक्षणात कुठला विषय शिकणं अनिवार्य आहे असं बफेला वाटतं?' असं विचारलं असता क्षणाचाही विचार न करता बफेनं 'अकौंटिंग - कारण तिला उद्योगाची भाषा म्हणतात' असं सांगितलं. खरं म्हणजे प्रत्येक गुंतवणूकदारालाही बफेला हेच सांगायचं असावं. ते प्रत्येकाला जमणं शक्य नाही याचीही जाणीव बफेच्या मनात असल्यामुळे ज्यांना हे शक्य नाही, त्यांनी म्युच्युअल फंडांकडे वळण्याचा सल्लाही त्यानं दिला.

मंत्र १४

कंपनीच्या कामगिरीनुसार तिच्या शेअरची किंमत बदलते.

खरं म्हणजे वॉरन बफेला 'कंपनीच्या कामगिरीनुसार तिच्या शेअरची किंमत बदलते' असं सांगावं लागण्याची वेळ येणंच चुकीचं आहे. अत्यंत उघड असलेली ही गोष्ट 'बटाट्याचा बटाटेवडा' म्हणण्यासारखी आहे, असं वाटतं. कुठल्याही कंपनीची कामगिरी जशी होत राहील, त्यानुसार तिच्या शेअर्सच्या मागणीत बदल होत जातात. म्हणजेच कंपनीची कामगिरी सुधारली किंवा सुधारण्याची चिन्हं दिसली, की मोठ्या प्रमाणावर गुंतवणूकदार तिचे शेअर्स विकत घेण्यासाठीची धडपड सुरू करतात. साहजिकच तिच्या शेअरची किंमत वाढते. याउलट जर कंपनीची कामगिरी घसरणीला लागली किंवा तशी चिन्हं दिसली, तर घाबरून गुंतवणूकदार आपल्याकडच्या शेअर्सच्या विक्रीचा मारा सुरू करतात. त्याबरोबर कंपनीच्या शेअरची किंमतही खाली उतरते. अर्थातच याला अनेक अपवाद असतात. कंपनीची कामगिरी आणि शेअर बाजारात खरेदी-विक्री करणारे गुंतवणूकदार यांची मानसिकता यांचं समीकरण एकमेकांशी जुळत नाही आणि भलत्याच कंपन्यांचे शेअर्स वर जातात, तर चांगल्या कंपन्यांचे शेअर्स घसरतात. हे अपवाद वगळता सर्वसामान्यपणे कंपनीची कामगिरी आणि तिच्या शेअरची किंमत यांच्यात सम प्रमाण असतं.

आता बफेनं आपल्याला हे का सांगावं? याचं कारण म्हणजे शेअर बाजार हे ठिकाण शहाण्या माणसांना वेडं करून सोडतं. इथं अचानकपणे एखाद्या कंपनीचे शेअर्स धुळीला मिळतात, तर दुसऱ्या एखाद्या कंपनीच्या

शेअरची किंमत अविश्वसनीय पातळी गाठते. या घडामोडी सतत सुरू असतात. साहजिकच सर्वसामान्य गुंतवणूकदार पार गोंधळून जाण्याची आणि चुकीचे निर्णय घेण्याची दाट शक्यता असते. हे टाळण्यासाठी गुंतवणूकदारानं सध्याच्या घडामोडींकडे दुर्लक्ष करणंच हितकारक असतं, असं बफेला वाटतं. उदाहरणार्थ, भारतात २००८ सालच्या सुमाराला पायाभूत सुविधा आणि इमारत बांधणी यांच्यामध्ये प्रचंड तेजीचं वातावरण असल्याचं चित्र पसरलं आणि या क्षेत्रांशी संबंधित असलेल्या कंपन्यांचे शेअर्स तुफान वेगानं वर गेले. काही काळातच यातला फोलपणा दिसून आला आणि हे शेअर्स कोसळले. पूर्वी इंटरनेटशी संबंधित असलेल्या कंपन्यांच्या बाबतीतसुद्धा हेच घडलं होतं. याच्या उलटा प्रकार म्हणजे २००८-०९ सालच्या जागतिक महामंदीच्या वेळी खराब कंपन्यांचे शेअर्स तर पार बुडालेच; पण चांगल्या भरभक्कम कंपन्यांचे शेअर्ससुद्धा कवडीमोलात उपलब्ध होते. नंतर चांगल्या कंपन्यांच्या शेअर्सच्या किमती तुफान वेगानं वाढत गेल्या.

म्हणूनच कुठल्याही कंपनीच्या शेअरच्या किमतीमधल्या चढ-उतारांकडे फार लक्ष देण्याची गरज नसते असं बफे तर म्हणतोच; पण त्याचाच दुसरा अर्थ यशस्वी कंपन्यांच्या शेअरची किंमत वाढतच जाणार आणि अपयशी ठरलेल्या कंपन्यांच्या शेअरची किंमत कमी होत जाणार. महत्त्वाची गोष्ट म्हणजे एका दिवसातल्या किंवा काही आठवड्यांच्या बदलांविषयी बफे इथं बोलत नाही; तो दीर्घकालीन परिणामांविषयी बोलतो आहे.

सर्वसामान्य गुंतवणूकदारानं यातून घ्यायचा धडा म्हणजे स्वस्तात शेअर्स उपलब्ध असलेल्या कंपन्या चांगल्या भरभक्कम असतीलच असं नाही; तसंच शेअरची किंमत खूप वाढली म्हणून एखादी कंपनी खूप चांगली आहे असंही नाही. शेअरची किंमत आणि कंपनीचा दर्जा या गोष्टी एकमेकांशी दीर्घकालीन संबंध ठेवून नक्कीच असतात; पण अल्पकालीन नजरेतून मात्र त्यांचा एकमेकांशी संबंध असतोच असं नाही. गुंतवणूकदार याकडे दुर्लक्ष करतात आणि फसतात. एखाद्या कंपनीचा शेअर एका दिवसात १०% • वर (युरो) गेला म्हणून ते तातडीनं खरेदी करतात; पण नंतर पस्तावतात. तसंच घाबरून आपल्याकडचे चांगले शेअर्स कमी किमतीत ते कधीकधी विकून टाकतात.

मंत्र १५

आपल्या वेळेवर नियंत्रण ठेवायचं असेल तर आपण 'नाही' म्हणायला शिकलं पाहिजे. आपण आपलं आयुष्य कसं जगायचं हे इतर लोकांना का ठरवू द्यायचं?

माणूस पैसे कमावण्यासाठी विलक्षण धडपड करतो. तसंच आपल्या रोजच्या आयुष्यातल्या अनेक प्रसंगांमध्ये माणूस स्वतःचं हित जपण्यासाठी अप्रिय गोष्टी करतो. इतर लोकांच्या म्हणण्यानुसार तो जगत राहतो. नावडती नोकरी नाइलाजानं करत राहतो. आपला साहेब अत्यंत नावडता असला, तरी माणूस त्याच्याबरोबर जुळवून घेतो. आपल्याला आपलं काम आवडतं का याचा विचार करण्याची फुरसतसुद्धा अनेक जणांना मिळत नाही. एखाद्या न थांबता फिरत राहणाऱ्या चक्राप्रमाणे माणूस फिरत राहतो. खरं म्हणजे प्रत्येक माणसाला आपल्या आवडीचं काम करायला आवडेल. आपल्या वेळेवर नियंत्रण ठेवणं कुणाला आवडणार नाही? यातली मुख्य अडचण म्हणजे प्रत्येक माणसाला आपलं घर चालवणं भाग असतं आणि शिवाय भविष्यात उद्भवणाऱ्या खर्चांचीही व्यवस्था करायची असते. साहजिकच माणूस अर्थार्जन करण्यासाठीची धडपड सुरू ठेवतो.

बहुतेक लोक पैसे कमावण्यासाठी खूप धडपड करत असले, तरी हाती आलेल्या पैशांमधून शक्य तितकी बचत करण्याकडे मात्र पुरेसं लक्ष देत नाहीत. तसंच आपण पैसे कुठे आणि कशासाठी गुंतवत आहोत, याचंही त्यांना पुरेसं भान नसतं. यामुळे हाती आलेल्या रकमेचा त्यांना म्हणावा तसा फायदा करून घेता येत नाही. वॉरन बफे

नेमका याच मुद्द्यावर सगळ्यांचं प्रबोधन करण्याचा इथं प्रयत्न करताना दिसतो. जो माणूस आपल्या हाती येत असलेल्या रकमेपैकी जास्तीत जास्त रक्कम सुरुवातीपासून खूप नफा मिळवून देणाऱ्या गुंतवणूक पर्यायांमध्ये गुंतवेल आणि आपली गुंतवणूक दीर्घ काळासाठी तशीच ठेवेल, त्या माणसाला कदाचित काही वर्षांमध्ये स्वतःच्या वेळेवर नियंत्रण प्रस्थापित करणं शक्य होईल. म्हणजेच काही वर्षांच्या धडपडीनंतर आणि आपली आवड बाजूला ठेवून नाइलाजानं मिळेल ते काम करत राहिल्यानंतर केवळ आपल्या बचतीच्या जोरावर त्याला या सगळ्या जंजाळातून बाहेर पडता येईल आणि आपल्याला हवं ते करता येईल.

अर्थातच हे खूप कमी लोकांना शक्य होत असल्याचं आपण अनुभवतो. यामागे अनेक कारणं आहेत. मुळात बहुतेक लोकांचं मासिक उत्पन्नच त्यांचे मासिक खर्च भागवण्याइतपत किंवा त्याहूनही कमी असतं. तसंच अनेक लोकांवर आपल्या कुटुंबीयांबरोबर इतरही जबाबदाऱ्या असतात. इतरही अनेक अडचणींचा त्यांना सामना करावा लागतो. अशा परिस्थितीत पुरेशी बचत करण्याचा प्रश्नच उद्भवत नाही. अशा बहुसंख्य लोकांविषयी सहानुभूती बाळगून आणि त्यांच्या परिस्थितीविषयी कुठल्याही प्रकारचे भ्रम मनात न ठेवूनसुद्धा निदान ज्या लोकांना हे शक्य आहे, त्यांनी तरी ते करावं असं आपण म्हणू शकतो. तसंच ज्या लोकांना अगदी मामुली बचत शक्य आहे, त्यांनीसुद्धा याचा फायदा घ्यावा, असंही नक्कीच म्हणता येईल.

बफेचं म्हणणं अगदी सोपं आहे. ज्या माणसाला शक्य असेल, त्यानं पैसे मिळवण्यासाठी आपल्याला आवडत नसलेलं काम करू नये. तसंच इतरांना आपल्या वेळेवर हुकमत गाजवण्याची संधी देता कामा नये. जो माणूस तोंडात चांदीचा चमचा घेऊन जन्मला असेल त्याच्यासाठी हे सहज शक्य आहे; पण अशी माणसं इथं अभिप्रेत नाहीत. बफेला तर अशी माणसं अजिबात आवडतसुद्धा नाहीत. बफे 'स्वकष्टांनी अशा हव्याहव्याशा वाटणाऱ्या स्थितीत जाण्यासाठी माणसानं प्रयत्न केले पाहिजेत,' असं म्हणतो. असं ध्येय अगदी सुरुवातीपासून नजरेसमोर ठेवलं तर 'रॅट रेस'मधून आपल्याला हवं तेव्हा बाहेर पडणं शक्य होईल, या बफेच्या मुद्द्याचा विचार नक्कीच केला पाहिजे.

मंत्र १६

उद्योग जगताच्या प्रवासात आपल्या समोरच्या काचेतून दिसणाऱ्या दृश्यापेक्षा मागचं दृश्य दाखवणाऱ्या आरशातलं दृश्य नेहमीच अगदी ठळक दिसतं.

शेअर बाजाराचं वर्णन नेहमी 'फॉरवर्ड लुकिंग' अशा शब्दांमध्ये करतात. म्हणजेच मागे जे घडून गेलेलं आहे, त्याच्याशी शेअर बाजाराचा तसा फारसा संबंध नसतो; पण भविष्यात काय घडू शकेल याविषयी मात्र शेअर बाजार खूपच उत्साही असतो. तसंच निरनिराळ्या कंपन्यांच्या शेअर्सच्या किमतींमधले चढउतारसुद्धा त्यांच्या भविष्यातल्या अपेक्षित असलेल्या कामगिरीनुसार होत असतात. म्हणजेच शेअर बाजार हा भविष्यातल्या संभाव्य घटनाक्रमाला जास्त महत्त्वाचं मानतो. म्हणूनच नवं सरकार आल्यावर किंवा सरकारनं आपला अर्थसंकल्प सादर केल्यावर त्यानंतर पुढच्या काही काळात काय घडू शकेल याविषयी अंदाज बांधले जातात आणि त्यानुसार शेअर बाजाराची दिशा ठरते. आपण हे अनेकदा अनुभवलं असेल.

शेअर बाजाराच्या या गुणधर्मामुळे अनेक गुंतवणूकदार गोंधळून जातात. एखाद्या कंपनीची गेल्या वर्षातली कामगिरी सुमार असूनसुद्धा तिच्या शेअरची किंमत अचानकपणे का वाढत जाते, हे त्यांना समजत नाही. तसंच एखाद्या कंपनीची अलीकडची कामगिरी उत्तम असूनसुद्धा तिच्या शेअरच्या किमतीत अचानक घसरण का सुरू होते, हेही त्यांना उमगत नाही. यामागे शेअर बाजार हा भविष्याकडे नजर लावून बसल्याचं कारण असतं. वॉरन बफेला इथं आपल्याला हेच सांगायचं

आहे. आपल्या नेहमीच्या आयुष्यातही आपण घडून गेलेल्या घटनेविषयी 'जर-तर'च्या भाषेत तर्कवितर्क लढवत बसतो. तसंच एखादी गोष्ट घडून गेल्यानंतर ती घडणं आपल्याला अगदी स्वाभाविकच वाटतं. ती घडण्याच्या आधी मात्र आपल्याला असं काही घडणार आहे असं कुणी सांगितलं, तर आपला त्यावर विश्वासच बसत नाही. अशा अकल्पित गोष्टी अधूनमधून घडत राहतात. तसंच अनेक क्षेत्रांमध्ये 'तज्ज्ञ' लोक एखादी घटना घडून गेल्यानंतर त्याविषयी अत्यंत आत्मविश्वासानं आणि जाणकार असल्याचा आव आणून भाष्य करतात. त्यांचे आधी मांडलेले अंदाज साफ खोटे ठरले, तरी त्यांना त्याचं अजिबात सोयरसुतक नसतं.

म्हणूनच बफे इथं प्रत्येक उद्योजकाला, व्यावसायिकाला आणि सर्वसामान्य गुंतवणूकदारालासुद्धा इशारा देतो. व्यावसायिक जगामध्ये कुठलीही गोष्ट घडण्याआधी तिच्याविषयी अचूकपणे भाष्य करणं खूप कठीण असतं. म्हणजेच समोरच्या काचेतून दिसणारं दृश्य तसं अंधूक असतं; घडून गेलेल्या घटनांविषयी मात्र अत्यंत आत्मविश्वासानं कुणीही बोलू शकतं. म्हणजेच मागचं दृश्य दाखवणाऱ्या आरशातून आपल्याला सगळं अगदी स्पष्टपणे दिसतं. म्हणूनच त्याविषयी कंपन्यांचे अधिकारी, शेअर बाजारातले विश्लेषक, गुंतवणूकतज्ज्ञ अत्यंत आत्मविश्वासानं बोलत असतात. हा आत्मविश्वास अनेकदा साफ चुकीचा आणि अत्यंत धोकादायक ठरतो. त्यावर विसंबून राहून आपले गुंतवणुकीशी संबंधित असलेले निर्णय घेणं म्हणजे स्वतःच्या पायांवर धोंडा पाडून घेण्यासारखं असतं.

खरे 'तज्ज्ञ' भविष्याविषयीचे अंदाज व्यक्त करतात खरे; पण अत्यंत प्रांजळपणे ते आपल्याला याविषयी पुरेशी खात्री नसल्याचं अगदी स्पष्टपणे सांगतात. म्हणजेच आत्तापर्यंत जे घडलं आहे आणि भविष्यात काय घडण्याची शक्यता आहे याची जुळणी करून ते आपलं मत मांडतात; पण हे साफ चुकीचं ठरू शकतं अशी कबुलीसुद्धा ते देतात. याचं कारण म्हणजे त्यांच्यामध्ये आत्मविश्वास नसतो असं अजिबातच नाही; पण भविष्यात काय घडू शकेल याचा खात्रीलायक अंदाज बांधणं जवळपास कुणालाच शक्य नसल्याचं कटू सत्य ते आपल्यासमोर मांडतात. जवळपास अगणित घटकांच्या जोरावर शेअर

बाजारातले बदल घडत असल्यामुळे यामधल्या कुठल्या घटकांनुसार चित्र कसं बदलेल हे त्यांनाच काय, पण इतरही कुणालाच सांगता येत नाही. साहजिकच भाकितं करण्यापेक्षा ते आत्तापर्यंतच्या इतिहासानुसार काय घडण्याची शक्यता आहे, याविषयी जपूनच बोलतात. गुंतवणूकदारांनी हा मुद्दा कायम ध्यानात ठेवावा.

मंत्र १७

लाट ओसरल्यानंतरच कोण कपड्यांविना पोहत होतं, हे लक्षात येतं.

वॉरन बफेचा कुठल्याही प्रकारचे अनावश्यक धोके पत्करण्याला साफ विरोध आहे. म्हणूनच आपल्या उत्पन्नात किंवा नफ्यात वाढ व्हावी म्हणून धोके पत्करणारे व्यवसाय असोत किंवा आपल्याकडे पैसे गुंतवणाऱ्या गुंतवणूकदारांना भन्नाट नफा कमावून देण्याच्या हेतूनं धोकादायक स्वरूपाची गुंतवणूक करणारे फंड व्यवस्थापक असोत; बफेचा या सगळ्यांना विरोध आहे. अशा प्रकारचे धोके पत्करणारे लोक काही काळासाठी डोळे दिपवून टाकणारी कामगिरी करून दाखवतात हे खरं असलं तरी, काही काळातच त्यांचा फुगा फुटतो आणि त्यानंतर त्या फुग्याशी संबंधित असलेल्या सगळ्यांवरच प्रचंड मोठं संकट कोसळतं. बफेनं असे अनुभव अनेकदा दुरूनच घेतले आहेत. शेअर बाजार खूप वर गेलेला असताना अत्यंत आत्मविश्वासानं गुंतवणूक करत राहणारे लोक, १९९९-२००० च्या सुमाराला बफेला मूर्खात काढून इंटरनेटशी संबंधित असलेल्या कंपन्यांमध्ये धडाधड पैसे ओतणारे लोक, २००५-०७ या काळात कुठलाही विचार न करता गुंतवणूक करत राहणारे लोक, 'हेज फंड' म्हणून ओळखल्या जाणाऱ्या धोकादायक योजना चालवणारे लोक या सगळ्यांनी बफेवर काही काळासाठी मात केलेली आहे. जवळपास दर वेळी बफेनं यामधला धोका ओळखून लोकांना वेळीच सावधही केलेलं आहे. दुर्दैवानं त्याच्या म्हणण्याकडे तेव्हाची धुंदी चढलेल्या लोकांनी पार दुर्लक्ष करून स्वतःसाठीच खड्डा खणला आहे.

यश मिळवण्यासाठी जवळपास अजिबातच धोका पत्करण्याची गरज नसते असं बफे म्हणतो. म्हणूनच डोळे दिपवून टाकणाऱ्या योजना, ऐकून खरे वाटणार नाहीत असे नफ्याचे आकडे, हे सगळं क्षणभंगुर असतं असं बफे मानतो. नवनवी फॅड्स येतच राहतात. सातत्यानं लोकांना नव्याची आस असल्यामुळे लोक 'हातचं सोडून पळत्याच्या पाठीमागे' लागतातच. हा मानवी स्वभावच आहे. साहजिकच याचा फायदा उठवून सर्वसामान्य गुंतवणूकदारांचा गैरफायदा घेतला जातो. जेव्हा सगळं वातावरण उत्साही असतं, शेअर बाजार वर जात असतो, तेव्हा जवळपास कुठल्याही माणसाची कुठलीही गुंतवणूक यशस्वी ठरते. प्रत्येक शेअर आणि प्रत्येक म्युच्युअल फंड योजना यांचे आकडे फुगत जातात. अशा परिस्थितीचं वर्णन बफे अत्यंत समर्पकपणे 'लाट' या शब्दातून करतो. जेव्हा लाट येते तेव्हा तीच सगळ्यांना तारून नेते आणि सगळ्यांमधली वैगुण्यं झाकूनही टाकते. जेव्हा लाट ओसरते तेव्हा मात्र परिस्थिती पार बदलते. आता आपलं संरक्षण करण्यासाठी पाणीच आजूबाजूला नाही हे लोकांना समजतं. अशा वेळी कोण नग्नावस्थेत आहे, हे सगळ्यांना दिसतं. बफे इथं लाट ओसरण्याची तुलना शेअर बाजारात मंदी येण्याशी करतो. जेव्हा शेअर बाजारात भीतीचं वातावरण निर्माण होतं, तेव्हा आपली गुंतवणूक वेगानं काढून घेण्यासाठी आणि आपलं नुकसान एका मर्यादेपलीकडे वाढू नये यासाठी प्रयत्न करण्यासाठी सगळेच धडपड करायला लागतात. या वेळी पूर्वी मोहापोटी किंवा अर्धवट माहितीच्या आधारे गुंतवणूक केलेल्या लोकांची पुरती ससेहोलपट होते.

म्हणूनच गुंतवणूकदारानं आंधळेपणानं गुंतवणूक करण्याला आणि विनाकारण धोके पत्करण्याला बफेचा साफ विरोध आहे. विशेषतः सर्वसामान्य गुंतवणूकदाराला तर शेअर बाजार वर जात असताना खूपच हुरूप येतो आणि आपण पूर्वी केलेल्या गुंतवणुकीचे आकडे फुगत चालल्याचं बघून त्याचा आत्मविश्वासही वाढतो. अशा वेळी काही काळानंतर हा फुगा फुटला तर काय होईल, याचा विचार करण्याचं भानही त्याला नसतं. म्हणूनच त्यानं सरळ शांतपणे त्यातल्या त्यात सुरक्षित आणि स्थिर स्वरूपाच्या कंपन्यांच्या शेअर्समध्ये किंवा अशाच प्रकारच्या म्युच्युअल फंड योजनांमध्ये गुंतवणूक करावी, असा बफेचा सल्ला आहे.

मंत्र १८

आम्हाला व्यवसाय विकत घ्यायला आवडतं; पण तो विकायला मात्र आवडत नाही.

वॉरन बफेच्या या विधानातून दोन महत्त्वाचे अर्थ निघतात. प्रत्येक गुंतवणूकदारानं या दोन्ही अर्थांचा बारकाईनं विचार केला पाहिजे. याचं कारण म्हणजे बफेला मिळालेल्या अभूतपूर्व यशामागे या दोन्ही अर्थांचा मोठा हात आहे. पहिला अर्थ म्हणजे बफे 'व्यवसाय' विकत घेण्याची भाषा करतो. तो 'शेअर्स' विकत घेण्यासंबंधी काही बोलत नाही. एकूणच बफे नेहमीच सर्वसामान्य गुंतवणूकदारांनाही असाच दृष्टिकोन मनात बाळगायला सांगतो. गुंतवणूकदारांनी शेअर्स विकत घेताना आपण शेअर्स विकत घेत असल्याची भावना मनात आणता कामा नये, असं तो निक्षून सांगतो. जर गुंतवणूकदारांनी याऐवजी आपण संबंधित कंपनीच्या व्यवसायामधला काही हिस्सा विकत घेत आहोत अशी भावना आणली, तर आपला दृष्टिकोन पार बदलू शकतो. क्षणभर हा विचार मनात आणा. समजा आपण इन्फोसिस कंपनीचे पाच शेअर्स विकत घेतले आहेत, असा विचार करण्याऐवजी इन्फोसिस कंपनीच्या एकूण व्यवसायापैकी अगदी थोडा का होईना; पण हिस्सा विकत घेतला आहे असं मनात आणलं तर? अर्थातच यामुळे आपला आपल्या गुंतवणुकीकडे बघण्याचा दृष्टिकोन काही क्षणांसाठी तरी नक्कीच वेगळा होईल. आपण या शेअरची किंमत वर-खाली झाल्याबरोबर खरेदी-विक्रीचे निर्णय घेण्याऐवजी कंपनीचं भवितव्य कसं आहे, तिची कामगिरी कशी होत आहे, अशा गोष्टींचा विचार करायला लागू. बफे आपल्याला

इथं नेमकं तेच सांगतो आहे. कंपनीच्या भवितव्याचा विचार करून आणि तिच्या भरभराटीत आपलाही वाटा असेल असं समजून आपण ही गुंतवणूक जास्त डोळसपणानं करू.

बफेच्या म्हणण्यामधला दुसरा अर्थ त्याच्या दीर्घ मुदतीसाठी गुंतवणूक करण्याच्या नेहमीच्या सल्ल्याला अनुसरूनच आहे. आपण चांगल्या कंपन्यांच्या शेअर्समध्ये गुंतवणूक करण्यासाठी एकदम उत्सुक असलो, तरी ही गुंतवणूक आपण शक्यतो विकत नाही, असं त्याला इथं म्हणायचं आहे. चांगल्या कंपन्यांना अधूनमधून वाईट दिवस येतातच; पण अशा अवघड परिस्थितीतून त्या कशा बाहेर येतात हे महत्त्वाचं असतं. ज्या कंपन्या खरंच दीर्घकालीन मुदतीसाठी टिकून राहतात आणि खराब काळातसुद्धा उत्तम कामगिरी करून दाखवू शकतात, अशा कंपन्यांचे शेअर्स विकायचे कशाला? बफे म्हणूनच अशा कंपन्यांच्याच शेअर्सची मुळात खरेदी करतो. साहजिकच त्यांची विक्री करण्याचा विचारच त्याच्या मनात येत नाही. म्हणूनच आपण चांगल्या व्यवसायांची खरेदी करून ती शक्य तितक्या जास्त काळासाठी आपल्याजवळ बाळगतो असं बफे इथे म्हणतो.

प्रत्येक माणसाला उद्योग सुरू करणं शक्य नसतं. अनेकांची तशी इच्छा असूनसुद्धा वेगवेगळ्या कारणांमुळे ते शक्य होत नाही. अशा परिस्थितीत इतरांनी सुरू केलेल्या उद्योगांपैकी सगळ्यात भरवशाच्या आणि यशस्वी ठरणाऱ्या उद्योगांमध्ये गुंतवणूक करण्याचा- म्हणजेच त्यांच्या शेअर्सची खरेदी करण्याचा पर्याय सर्वसामान्य माणूस निवडू शकतो. आपण स्वतः उद्योग सुरू केला, तर आपण तो अर्थातच एकदम नेटानं चालवू. परिस्थिती बिकट असली तरी आपण झुंजू आणि त्यातून मार्ग काढण्याचा प्रयत्न करू. असाच दृष्टिकोन आपण विकत घेतलेल्या शेअर्सच्या बाबतीत ठेवावा, असं बफेला इथं आपल्याला सुचवायचं आहे. शेअर बाजारात संबंधित शेअर्सच्या किमती वर-खाली झाल्या, तरी आपण त्याकडे दुर्लक्ष करावं आणि आपली गुंतवणूक टिकवून धरावी, असं बफेला आपल्याला सांगायचं आहे.

मंत्र १९

कुठल्याही कंपनीचं खरं मूल्य किती हे ठरवणं, म्हणजे कला आणि शास्त्र या दोन्ही गोष्टींचा संगम आहे.

कुठल्याही कंपनीच्या शेअरची शेअर बाजारात असलेली किंमत योग्य आहे का नाही, हे कसं ठरवायचं? यासाठी अनेक दशकांच्या अभ्यासानंतर तज्ज्ञांनी काही निकष ठरवले आहेत. त्याविषयी एकमत नसलं, तरी बहुतेक जण त्यांचा वापर करतातच. उदाहरणार्थ, 'प्राईस टू अर्निंग रेशो (पीई रेशो)' नावाचं एक समीकरण वापरलं जातं आणि सर्वसाधारणपणे ज्या कंपनीच्या शेअरचा पीई रेशो १५ च्या खाली असेल, असा शेअर स्वस्त असल्यामुळे खरेदीसाठी योग्य आहे असं मानलं जातं. अर्थातच म्हणून आंधळेपणानं पीई रेशो १५ पेक्षा कमी असलेल्या कंपनीच्या शेअर्सची खरेदी करण्याची चूक कुणीही अजिबातच करू नये. याचं कारण म्हणजे इतर असंख्य गोष्टींवर शेअरची किंमत ठरते. अनेकदा कंपनी सुमार दर्जाची असल्यामुळे किंवा ती संकटात सापडल्यामुळे तिच्या शेअरची किंमत आणि तिचा पीई रेशो खूप घसरलेले असतात. अशा वेळी पीई रेशो कमी आहे असं म्हणून कुणी या कंपनीच्या शेअर्सची खरेदी केली, तर त्याला जोरदार नुकसानीचा फटका सोसावा लागेल.

याच्या जोडीला कुठलीच आकडेमोड न करता किंवा कुठलीच आकडेवारी विचारात न घेता, नुसतंच कंपनीच्या नावलौकिकाला दिपून जाऊन कुणी एखाद्या कंपनीचे शेअर्स विकत घेणंही तितकंच धोक्याचं असतं. उदाहरणार्थ, 'रिलायन्स पॉवर' कंपनीचे शेअर्स बाजारात विक्रीसाठी उपलब्ध होणार अशी बातमी काही वर्षांपूर्वी येताच गुंतवणूकदारांमध्ये

अफाट उत्साह संचारला. एक तर रिलायन्स उद्योगसमूहाचं नाव आणि दुसरं म्हणजे ऊर्जा क्षेत्रामध्ये कंपनीचा प्रवेश या कारणांमुळे हा शेअर प्रचंड यशस्वी ठरणार, असं मत अनेक तज्ज्ञांनीही व्यक्त केलं. साहजिकच या शेअरची खरेदी करण्यासाठी सगळ्याच प्रकारच्या गुंतवणूकदारांची नुसती झुंबड माजली. साहजिकच चढ्या भावानं शेअर्स हातोहात विकले गेले. प्रत्यक्षात मात्र कंपनीचं अर्थकारण अगदीच साधारण असल्याचं काही काळानंतर लक्षात आलं. साहजिकच शेअरची किंमत वेगानं घसरत गेली. गुंतवणूकदारांचं प्रचंड मोठं नुकसान झालं.

साहजिकच नुसत्या कोरड्या आकडेवारीवर किंवा कंपनीच्या नावावर शेअर्सची खरेदी करणं गुंतवणूकदारांना चांगलंच महागात पडू शकतं. या दोन्हींचं मिश्रण योग्य रीतीनं करणारे आणि त्यानुसार गुंतवणुकीशी संबंधित असलेले निर्णय घेणारे गुंतवणूकदारच यशस्वी ठरू शकतात. अर्थातच हे बहुतेक वेळा सर्वसामान्य गुंतवणूकदारांच्या आवाक्याबाहेर असलं तरी निव्वळ आशेपोटी किंवा त्यामधल्या 'थ्रिल'पोटी गुंतवणूकदार अशा गुंतवणुकी करत राहतात. अशा वेळी गुंतवणूकदारांनी बफेचं हे विधान लक्षात ठेवणं गरजेचं आहे. भल्याभल्यांना योग्य वेळी योग्य कंपनीमध्ये गुंतवणूक करण्यासाठीचे निर्णय घेणं, तसंच त्यासाठीची आकडेवारी, तसंच कंपनीचे इतर तपशील याविषयीचे निर्णय घेणं जड जातं. यामुळे सहजपणे उपलब्ध असलेल्या माहितीला प्रमाण मानून आंधळेपणानं ते गुंतवणूक करून मोकळे होतात. यामध्ये गुंतवणूकदार किती धोका पत्करतात याची जाणीव बफेच्या इशाऱ्यातून आपल्याला होईल. शेअर बाजारात बहुतेक वेळा जे दिसतं तसं नसतं याचा अनुभव गुंतवणूकदारांना येतो; पण ते समजेपर्यंत बराच उशीर झालेला असतो. साहजिकच गुंतवणुकीच्या विश्वात उतरण्यापूर्वीच याचा विचार गुंतवणूकदारांनी केला पाहिजे.

कुठल्या शेअर्समध्ये गुंतवणूक करावी याविषयीची अनेक पुस्तकं उपलब्ध आहेत. तसंच असंख्य लेखांमधून ही माहिती आपल्यासमोर येते. या सगळ्या माहितीचा वापर जरूर करावा; पण प्रत्यक्ष गुंतवणूक करण्यापूर्वी कागदोपत्री गुंतवणूक करून म्हणजेच कागदावरच गुंतवणूक केल्यासारखे हिशेब मांडून काही वर्षं बघावं आणि त्या अनुभवाद्वारा प्रत्यक्ष गुंतवणुकीचे निर्णय घ्यावेत, असं बफेचा गुरू बेंजामिन ग्रॅहम म्हणायचा ते उगीच नाही!

मंत्र २०

हाव, भीती आणि मूर्खपणा हे लोकांमध्ये भरलेलं असतं यात शंकाच नाही; फक्त कुठल्या क्रमानं ते प्रकटतं, हे आपण सांगू शकत नाही.

गुंतवणूकदारानं आपल्या हिताचा विचार करत असताना इतर गुंतवणूकदारांच्या गुणधर्मांकडे कसं बघितलं पाहिजे हे वॉरन बफे इथं आपल्याला अत्यंत समर्पकपणे सांगतो. प्रत्येक माणसामध्ये हेच गुणधर्म असतात. खरं म्हणजे स्वतः बफेमध्येही ते असलेच पाहिजेत. शेवटी हे मानवी मन आहे, हा मानवी स्वभाव आहे. फरक इतकाच, की आपल्या या गुणधर्मांची बफेला पुरेपूर जाण आहे आणि इतर लोकांमधल्या या गुणधर्मांचा आपल्या फायद्यासाठी कसा वापर करून घ्यायचा याची दुर्मीळ जाणही त्याला आहे. साहजिकच फक्त बफेलाच हे सगळं माहीत आहे असं अजिबातच नाही; इतर अनेक लोकांनाही याची जाणीव असतेच. महत्त्वाचा मुद्दा म्हणजे, बफे हे ओळखून आपल्यातल्या या दोषावर मात करण्यासाठी धडपडतो. इतकंच नव्हे, तर इतरांमध्येही हेच दोष आहेत हे ओळखून तो या दोषांचा फायदा आपण कसा करून घ्यायचा, हेही आपल्याला सांगतो.

व्यवसायांमध्ये अनेक प्रकारच्या अडचणी येतात. जागतिक अर्थव्यवस्थेमधल्या किंवा राजकारणामधल्या संकटांपासून राष्ट्रीय किंवा स्थानिक पातळीवरच्या असंख्य घडामोडींमुळे शेअर बाजारात उलथापालथी होतात. याचा गुंतवणूकदारांवर खूप परिणाम होतो. प्रत्येक गुंतवणूकदार हा आधी माणूस असतो आणि म्हणूनच त्याच्यामध्ये मानवी मन भरलेलं

असतं, ही गोष्ट इथं ध्यानात घेतली पाहिजे. आपल्या गुंतवणुकीतून आपल्याला शक्य तितका नफा व्हावा यासाठी प्रत्येक गुंतवणूकदाराची जोरदार धडपड तर सुरू असतेच; पण त्याखेरीज जो नफा त्याच्या हाती लागत असतो, त्या नफ्यानं त्याचं समाधान होत नाही. त्याला आणखी नफा कमावण्यासाठीची हाव सुटलेली असते. ही हाव प्रत्येकामध्ये असते. यावर कुणाचाच इलाज नसतो. याच्या जोडीला प्रत्येक गुंतवणूकदाराच्या मनात भीतीचं सावटही अधूनमधून येतं. जोपर्यंत गुंतवणूकदाराची गुंतवणूक त्याला कागदोपत्री किंवा प्रत्यक्षात नफा मिळवून देत असते, तोपर्यंत गुंतवणूकदार खुशीत असतो आणि त्याला आपल्या गुंतवणुकीविषयी विलक्षण उत्साह वाटत असतो. इतकंच नव्हे, तर आणखी गुंतवणूक करण्यासाठीसुद्धा तो उतावीळ असतो. जेव्हा आपल्या गुंतवणुकीचे आकडे घसरणीला लागल्याचं चित्र त्याला दिसतं, तेव्हा मात्र परिस्थिती साफ बदलते. त्याची मानसिकता आता आक्रमकता पार सोडून एकदम बचावात्मकतेकडे जाते. गुंतवणूकदार आता घाबरून आपली गुंतवणूक काढून घेण्यासाठी धडपड करायला लागतो. शेअर बाजारात सातत्यानं चढउतार होत असल्यामुळे गुंतवणूकदाराला वारंवार हाव आणि भीती यांच्या चक्रामधून फिरत राहावं लागतं.

खरं म्हणजे वरवर ही गंमतशीर वाटेल अशी गोष्ट आहे. एका आठवड्याभराच्या काळातसुद्धा गुंतवणूकदार प्रचंड हाव आणि प्रचंड आत्मविश्वास, ते प्रचंड भीती आणि प्रचंड न्यूनगंड असा प्रवास करू शकतो. या चक्रातून जाणं टाळायचं असेल, तर गुंतवणूकदारानं आपल्या गुंतवणुकीचे तपशील वारंवार तपासणं बंद केलं पाहिजे. आपण केलेली गुंतवणूक दीर्घ मुदतीसाठीच आहे, हे स्वतःला सांगून ती मुदत उलटेपर्यंत त्या गुंतवणुकीच्या संदर्भात काहीही न करण्याचा शहाणपणा त्यानं दाखवला पाहिजे; अन्यथा चुकीच्या वेळेला खरेदी आणि चुकीच्या वेळेला विक्री, हा मूर्खपणा त्याच्या हातून होण्याचा इशारा बफे देतो. यामुळे गुंतवणूकदारांचं सातत्यानं नुकसान होत राहतं आणि त्यातून ते काही शिकतसुद्धा नाहीत; म्हणूनच हाव आणि भीती यांचं आवर्तन मूर्खपणामध्ये बदलू नये यासाठी बफेचं हे तत्त्व लक्षात ठेवलं पाहिजे.

तिसरा विभाग

गुंतवणूक सल्लागार, ‘तज्ज्ञ’, शेअरदलाल वगैरेंविषयी

मंत्र २१

आपल्याला केस कापून घेण्याची गरज आहे का हे न्हाव्याला कधीच विचारू नका.

गुंतवणूक हा विषय खूप किचकट आहे आणि तो आपल्या आवाक्याबाहेरचा आहे, असं अनेक जणांना वाटतं. साहजिकच आपल्याला गुंतवणुकीच्या विश्वात यश मिळवायचं असेल, तर आपण गुंतवणूक सल्लागार, तथाकथित 'तज्ज्ञ', शेअरदलाल अशांसारख्या लोकांवर विसंबून राहिलं पाहिजे आणि त्यांच्या सल्ल्यांनुसार गुंतवणूकविषयीचे निर्णय घेतले पाहिजेत, अशी सर्वसामान्य गुंतवणूकदाराची धारणा होते. यातून क्वचितच गुंतवणूकदाराचा फायदा होतो. खरा नफा त्याला सल्ला देणाऱ्या या मंडळींचाच होतो. बहुतेक वेळा गुंतवणूकदाराला याचा पत्तासुद्धा लागत नाही; किंवा तो खूप उशिरा लागतो. वॉरन बफे या परिस्थितीचं वर्णन अत्यंत समर्पक शब्दांमध्ये करतो.

आपण समजा न्हाव्याला आपले केस वाढले आहेत का किंवा आपल्याला केस कापून घेण्याची गरज आहे का असं विचारलं, तर कुठला न्हावी त्याचं नकारात्मक उत्तर देईल? त्याला आपल्या पायांवर धोंडा पाडून घ्यायची इच्छा होईल का? कुठल्याही माणसाला केस कापून घ्यायची गरज असल्याचंच उत्तर तो देईल. एका अर्थानं कुठल्याही गुंतवणूक सल्लागाराचं, गुंतवणुकीशी संबंधित असलेल्या 'तज्ज्ञ' माणसाचं किंवा शेअरदलालाचं गुंतवणुकीच्या संदर्भात असंच असतं. आपण कुठे, कधी, किती गुंतवणूक करावी याचं उत्तर तो गुंतवणूकदाराचं हित बघून देईल; पण त्यातून आपल्या स्वतःचा फायदा होण्याची खात्री

बाळगूनच. म्हणजेच ज्या योजनेत आपल्या स्वतःचा फायदा नाही, त्यात गुंतवणूकदाराला गुंतवणूक करण्याचा सल्ला तो कशाला देईल? अर्थातच याचा अर्थ सरसकट सगळेच गुंतवणूक सल्लागार किंवा तज्ज्ञ लोक या प्रकारचे असतात, असं म्हणणं साफ चुकीचं ठरेल. अनेक जण याला अपवाद असतात. तरीसुद्धा शक्य तितकी सावधगिरी बाळगून आणि आपल्याला मिळालेल्या प्रत्येक सल्ल्याचं रास्त मूल्यमापन करूनच गुंतवणूकदारानं योग्य तो निर्णय घ्यावा, असं बफेला इथं म्हणायचं आहे.

इथं गुंतवणूकदाराच्या दृष्टीनं एक अडचण आहे. नक्की कशा प्रकारची गुंतवणूक करावी, हे गुंतवणूकदाराला अजिबात समजत नसल्यामुळेच तर तो मुळात गुंतवणूक सल्लागार किंवा तज्ज्ञ माणसाकडे जातो. अशा परिस्थितीत हा सल्लागारच आपल्या दृष्टीनं सगळ्यात हितकारक नसलेला सल्ला कसा काय देईल, असा प्रश्न गुंतवणूकदाराला पडणं स्वाभाविक आहे. तसंच जरी काही सल्लागार असं करतात असं मान्य केलं, तरी यातून कुठला मार्ग काढायचा याविषयीही त्याचा गोंधळ उडणं अगदी समजण्यासारखं आहे. म्हणून ज्या गुंतवणूकदारांना स्वतः गुंतवणूक करण्याचा आत्मविश्वास नसेल तसंच आपल्याला सल्ला देणाऱ्या माणसाच्या विश्वासार्हतेसंबंधीही त्यांच्या मनात शंका असेल, अशा गुंतवणूकदारांनी सरळ म्युच्युअल फंडांचा रस्ता धरावा.

अनेक वर्षं सातत्यपूर्ण कामगिरी करून दाखवलेल्या म्युच्युअल फंडांविषयीची माहिती अगदी जगजाहीर असते. साहजिकच गुंतवणूकदार जवळपास डोळे झाकून अशा म्युच्युअल फंड योजनांमध्ये पैसे गुंतवू शकतात. साहजिकच गुंतवणूक सल्लागारांचा सल्ला न घेता गुंतवणूकदार स्वतःच म्युच्युअल फंडांकडे वळू शकतात. अर्थातच आपल्याला सल्ला देणारा सल्लागार किंवा तज्ज्ञ खरोखर प्रामाणिक आणि फक्त स्वतःचंच हित न जपणारा आहे याची खात्री असेल, तर गुंतवणूकदार या सल्लागाराच्या सांगण्यानुसार म्युच्युअल फंड योजनेची निवड करू शकतात. शेअरदलालांपासून मात्र गुंतवणूकदारांनी खूपच सावध राहणं गरजेचं आहे. अलीकडच्या काळात इंटरनेटवरून किंवा स्मार्टफोनवरून शेअर्सची खरेदी-विक्री करण्यासाठीच्या सोयी उपलब्ध आहेत; म्हणजेच

शेअरदलाल 'ऑनलाईन' झालेले आहेत. गुंतवणूकदारांनी सातत्यानं शेअर्सची खरेदी-विक्री करावी या दृष्टीनं त्यांचे प्रयत्न सुरू असतात. गुंतवणूकदारांनी हे ध्यानात घेऊन शक्य तितक्या कमी वेळा खरेदी-विक्रीचे व्यवहार करण्याची स्वयंशिस्त पाळली पाहिजे.

मंत्र २२

भाकितं आपल्याला संबंधित भाकितापेक्षा भाकितं करणाऱ्यांविषयी जास्त सांगतात.

वॉरन बफे अत्यंत बुद्धिमान तर आहेच; पण त्याला शब्दांशी खेळण्याची हातोटीसुद्धा साध्य झाली आहे. अत्यंत मोजक्या शब्दांमध्ये खूप सूचक विधानं तो करतो. यातून त्याला गुंतवणूकदारांशी संवाद साधणं सहजपणे जमतं. आपणही त्याची विधानं ऐकून खूप काही शिकतो आणि त्याच्या जोडीला आपल्या चेहऱ्यावर कित्येकदा स्मितहास्यही झळकतं. आपल्याला विचार करायला भाग पाडणारं असंच हे एक विधान आहे. अर्थकारणाशी आणि शेअर बाजाराशी संबंधित असलेल्या घडामोडींचं वार्तांकन आपण बघितलं असेल. याच्या जोडीला शेअर बाजारामधल्या घडामोडींविषयी भाष्य करणारे लोक तसंच भविष्यात काय घडू शकेल याविषयीची भाकितं मांडणारे लोक अशा लोकांचं बोलणंही आपण ऐकलं असेल. दररोज वर्तमानपत्रांमध्ये शेअर बाजाराविषयीचे उल्लेख असतात. खास करून आर्थिक विषयांना वाहून घेतलेल्या वर्तमानपत्रांमध्ये आणि नियतकालिकांमध्ये सातत्यानं शेअर बाजारात काय घडणार आहे याविषयीचं विवेचन अनेक लोकांनी केल्याचं आपल्याला आढळतं. या भाकितांचा नेमका कसा अर्थ लावायचा आणि उपयोग करून घ्यायचा, हे अत्यंत समर्पकरीत्या बफे इथं आपल्याला सांगतो.

अनेक लोक व्याजदर कमी होणार का वाढणार, तेलाचे भाव कुठपर्यंत जाणार, चीनमध्ये मंदी येणार का, अमेरिकेची आर्थिक

परिस्थिती कशी होणार, युरोपमधल्या घडामोडी कशा असणार, जपानमधल्या मंदीचा शेवट कधी होणार, भारतामधल्या ग्रामीण अर्थव्यवस्थेची घडी विस्कटणार का, अशा आणि इतर असंख्य संभाव्य गोष्टींविषयी उलटसुलट मतप्रदर्शन करत असतात. बहुतेक वेळा निरनिराळ्या तज्ज्ञांमध्ये एकवाक्यता नसते. साहजिकच एकाची मतं दुसऱ्याशी जुळत नाहीत. तसंच इतक्या असंख्य शक्यतांविषयी ते बोलत असतात, की यामधल्या एकाही घटनेच्या पडसादांमुळे परिस्थिती पार बदलू शकते. साहजिकच त्यांचे अंदाज साफ चुकू शकतात. म्हणूनच या भाकितांना फार महत्त्व देण्याची गरज नसल्याचं बफे आपल्याला सांगतो. गुंतवणूकदारांची इथंच चूक होते. व्याजदर कमी होणार म्हटलं किंवा शेअर्समधली तसंच बाँड्समधली गुंतवणूक फायदेशीर ठरणार, असं एखाद्या तज्ज्ञानं म्हटलं, की लगेचच ते खरेदी करण्यासाठी धाव घेतात. याउलट व्याजदर वाढणार म्हटलं की आपल्याकडची गुंतवणूक काढून मुदतठेवींमध्ये पैसे गुंतवण्यासाठी ते व्याजदर वाढण्याच्या दृष्टीनं वाट बघायला लागतात. हे भाकीत खरं ठरलं तर बरं; पण तसं घडलं नाही, तर गुंतवणूकदार विनाकारणच गोत्यात येतात.

गुंतवणूकदारांच्या अज्ञानाचा आणि उतावीळपणाचा फायदा घेण्यासाठी ही तज्ज्ञ मंडळी टपून बसलेली असतात. यामागे त्यांचा मुख्य हेतू स्वतः कमाई करण्याचा असतो. याचं कारण म्हणजे दर वेळी गुंतवणूकदारांनी खरेदी किंवा विक्री करण्याचा निर्णय घेतला की त्यातून दलालीच्या रूपानं कमाई करण्याची संधी त्यांना उपलब्ध होते. साहजिकच आजूबाजूला घडत असलेल्या प्रत्येक घडामोडीकडे बारीक लक्ष ठेवून सातत्यानं व्यवहार करण्याची सवय गुंतवणूकदारांना लागावी आणि त्यांनी कायम अशाच अस्वस्थ मनःस्थितीत राहावं यासाठीची धडपड या तज्ज्ञांच्या वागण्याबोलण्यातून दिसून येते. याउलट गुंतवणूकदारानं एकदाच गुंतवणूक केली आणि ती कायम किंवा दीर्घ मुदतीसाठी टिकवून धरली, तर त्यातून या तज्ज्ञांचा काहीच फायदा होत नाही. म्हणूनच गुंतवणूकदारांचं लक्ष वेधून घेणं आणि त्यांना खरेदी-विक्रीसाठी भाग पाडणं, यासाठी ही भाकितं केली जातात. म्हणूनच भाकितं करणाऱ्या लोकांचा हेतू त्यांच्या भाकितांमधून स्पष्टपणे दिसत नसला, तरी तो ओळखण्याचं आवाहन बफे सर्वसामान्य गुंतवणूकदारांना करतो.

मंत्र २३

सार्वमत हे आपल्या स्वतःच्या विचारांना पर्याय ठरू शकत नाही.

गुंतवणूकदारांना इतर गुंतवणूकदारांकडे बघून त्यांच्याप्रमाणे गुंतवणूक करणं जास्त सुरक्षित वाटतं. गुंतवणुकीशी संबंधित असलेले आपले निर्णय फारच चुकीचे तर नाहीत ना, अशी शंका प्रत्येक गुंतवणूकदाराला अधूनमधून भेडसावत असते. अशा वेळी इतर गुंतवणूकदारसुद्धा आपल्यासारखेच निर्णय घेत असल्याचं बघून गुंतवणूकदाराला जरा हायसं वाटतं. आपण एकटेच इतरांहून खूप काही वेगळं करत नसल्याची जाणीव त्याला सुखावते. समूहाचा भाग असताना प्रत्येक माणसालाच बरं वाटतं. गुंतवणुकीच्या बाबतीतसुद्धा हेच घडतं. वॉरन बफे या संदर्भात गुंतवणूकदाराला सावध करतो. आपण इतरांप्रमाणेच गुंतवणूक करत असल्याची भावना सुखद असली, तरी यामुळे आपली गुंतवणूक आपोआपच योग्य ठरते असं नाही, असं त्याला इथं म्हणायचं आहे. उलट इतर गुंतवणूकदारांहून पूर्णपणे वेगळा विचार करणं आणि प्रवाहाच्या विरोधात जायचं धाडस करणं गुंतवणूकदाराला यशाकडे घेऊन जातं, असं बफे म्हणतो. म्हणजेच सगळे जण शेअर्सची विक्री करत असताना धाडस करून खरेदी करणारा गुंतवणूकदार भन्नाट यश मिळवू शकतो. तसंच इतर गुंतवणूकदार धडाधड शेअर्सची खरेदी करत असताना आपल्याकडच्या शेअर्सची विक्री करण्याचा सुज्ञपणा दाखवणारा गुंतवणूकदारही यशस्वी ठरतो. अर्थातच वरवर हे म्हणणं सोपं असलं, तरी मुळात असं धाडस करणं आणि इतर गुंतवणूकदार करत असलेल्या

कृतींच्या बरोबर उलट कृती करणं, हे अजिबातच सोपं काम नसतं. म्हणूनच ते सगळ्यांना जमण्यासारखं नसतं. बफे निदान आपल्याला त्या विचाराकडे तरी जाण्यासाठी प्रेरित करतो.

अर्थात बफेचं हे म्हणणं सगळ्याच गुंतवणूकदारांच्या पचनी पडणं किंवा त्यानुसार त्यांना कृती करणं शक्य होणं अवघड आहे. अर्धवट माहिती असताना आपण इतर सगळ्यांच्या उलट कृती करण्याचं धाडस किती जण करू शकतील? शिवाय उगीचच इतर गुंतवणूकदारांच्या उलट कृती करण्याच्या अट्टाहासापोटीसुद्धा गुंतवणूकदारांच्या मोठ्या चुका होऊ शकतात. खुद्द बफेवर या संदर्भात खूप टीका झालेली आहे. याचं कारण म्हणजे शेअर बाजारात सुरू असलेले खरेदी-विक्रीचे व्यवहार योग्यच असतात; कारण सगळ्या गुंतवणूकदारांच्या निर्णयांची सरासरी या निर्णयांमध्ये उतरलेली असते, असं मानलं जातं. या संकल्पनेला 'एफिशियंट मार्केट थिअरी' असं म्हणतात.

म्हणजेच शेअर बाजारामधल्या शेअर्सच्या किमती या कायम योग्यच असतात आणि म्हणून त्यांना चुकीचं ठरवून खरेदी-विक्रीचे व्यवहार टाळणारे लोकच मूर्ख असतात, असं ही संकल्पना सांगते. कारण जर बहुसंख्य गुंतवणूकदार शेअर्सच्या खरेदी-विक्रीचे व्यवहार करत असतील, तर या सगळ्याच्या सगळ्या लोकांचं मत आपण चुकीचं धरायचं आणि आपलंच मत बरोबर आहे असं समजायचं, हे कसं? शिवाय कुठल्याही शेअरशी संबंधित असलेली सगळी माहिती सगळ्या गुंतवणूकदारांपर्यंत पोहोचल्यानंतरच गुंतवणूकदारांनी खरेदी-विक्रीचे निर्णय घेतलेले असल्यामुळे याहून आणखी वेगळी किंवा जास्तीची माहिती इतर गुंतवणूकदारांकडे कशी आणि कुठून येणार? म्हणजेच निमूटपणे कुठल्याही गुंतवणूकदारानं शेअर बाजारामध्ये फारसा विचार न करता व्यवहार करावेत आणि मोकळं व्हावं असं या संकल्पनेचं स्वरूप आहे. बफेच्या म्हणण्यापेक्षा एकदम वेगळा असा हा विचार आहे.

यातून खरं काय हे कसं ठरवायचं? बफेचं म्हणणं हे खूप अभ्यास करू शकणाऱ्या गुंतवणूकदारांसाठी आहे. ज्यांना ते शक्य नाही, त्यांनी शेअर बाजारामध्ये सुरू असलेल्या व्यवहारांकडे साफ दुर्लक्ष करावं आणि आपल्या उद्दिष्टांनुसार गुंतवणूक करावी. शेअर बाजार वर

गेला किंवा खाली आला म्हणून खरेदी-विक्री अजिबात करू नये. इतर लोकांची मतं तसंच स्वतःच्या मनातली भीती आणि हाव या सगळ्यांची जाणीव ठेवून आपल्या उद्दिष्टांसाठी योग्य असेच निर्णय प्रत्येकानं घ्यावेत.

मंत्र २४

अत्यंत सोप्या गोष्टी मुद्दामच क्लिष्ट करणं, ही एक मानवी विकृती असावी.

व्यवसाय किंवा शेअर बाजार यांच्याशी संबंधित असलेला कुठलाही टीव्ही चॅनेल बघा किंवा यासाठीची इंटरनेटवरची वेबसाईट बघा- पडद्यावर अनेक आकडे एकीकडून दुसरीकडे पळताना दिसतील. याखेरीज कुठल्या कंपनीचा निकाल जाहीर झाला, कुणाला किती नफा किंवा तोटा झाला, त्यासंबंधी तज्ज्ञांचे अंदाज काय होते आणि प्रत्यक्षात काय घडलं, यासारखी विपुल माहिती सातत्यानं झळकत असते. शेअर बाजाराशी संबंधित असलेल्या वर्तमानपत्रांमध्येसुद्धा हीच परिस्थिती असते. ईपीएस, पीई रेशो, व्याजदर, विनिमय दर, अॅडव्हान्सेस विरुद्ध डिक्लाईन्स, व्हॉल्यूम्स, ऑप्शन्स, डेरिव्हेटिव्ह्ज, फ्यूचर्स, अर्निंग्ज, नफा, एनपीए, ग्रॉस मार्जिन अशांसारख्या संज्ञांनी आणि संकल्पनांनी कुठलाही सर्वसामान्य माणूस पार गांगरून जाईल आणि या सगळ्यापासून एकदम दूर पळून जाईल. गुंतवणूक करणं म्हणजे अणुबॉम्ब तयार करणं किंवा अंतराळात माणूस पाठवणं यासारखी अत्यंत क्लिष्ट आणि धोकादायक गोष्ट असावी, अशी कुणाचीही यामुळे समजूत होणं अगदी स्वाभाविकच आहे. गुंतवणुकीची भाषा समजू नये यासाठीच हे प्रयत्न सुरू असतात की काय, असं यामुळे वाटायला लागतं. सुटाबुटातले निवेदक, तज्ज्ञ आणि विश्लेषक मात्र अगदी आरामात हे सगळं प्रेक्षकांच्या तोंडावर फेकत असतात. यामुळे त्यांच्याविषयी भीतीयुक्त आदरही वाटायला लागतो.

जवळपास प्रत्येक क्षेत्रात हे थोड्याफार फरकानं घडतं. सर्वसामान्य

माणूस पार गोंधळून जावा आणि जवळपास आपल्याला शरण यावा, अशा प्रकारची क्लिष्ट भाषा वापरून त्याच्यावर प्रचंड दबाव टाकण्यासाठीचे प्रयत्न जाणूनबुजून केले जातात की काय असं वाटावं, अशी परिस्थिती असते. गुंतवणुकीच्या विश्वात तर हे कायमच घडतं.

गुंतवणूकदारांना शेअर बाजारामधली गुंतवणूक ही प्रचंड गूढ आणि किचकट गोष्ट वाटावी आणि त्यांनी घाबरून जावं, अशा संकल्पनांचा सगळीकडे नुसता सुळसुळाट असतो. वॉरन बफे याला विकृतीच म्हणतो. गुंतवणूकदारानं गांगरून जावं आणि भीतीपोटी आपल्यापाशी यावं यासाठी 'तज्ज्ञ' मंडळींनी रचलेला हा डाव असतो, असं त्याचं स्पष्ट मत आहे. गुंतवणूक करण्यामध्ये खूप धोके असतात, तसंच यामधल्या खाचाखोचा समजून घेणं सर्वसामान्य माणसाच्या आवाक्याबाहेरचं असतं असं वाटावं, यासाठीची परिस्थिती मुद्दामच निर्माण केली जाते, असं तो म्हणतो.

खरं म्हणजे गुंतवणूक हा अत्यंत सोपा विषय आहे, असं बफेचं मत आहे. काही मूलभूत संकल्पना समजून घेतल्या आणि त्यांचा वापर करून दीर्घ मुदतीसाठी गुंतवणूक करून टाकली, की विषय तिथंच संपतो. गुंतवणूकदारांना अशा प्रकारे अत्यंत सहजपणे गुंतवणूक करता आली, तर मग आपल्याला काहीच काम उरणार नाही आणि शिवाय गुंतवणूकदारांच्या सततच्या खरेदी-विक्रीच्या व्यवहारांमधून आपल्या हाती कसल्याच प्रकारचं दलालीतलं उत्पन्न लागणार नाही, अशी भीती 'तज्ज्ञ' मंडळींना असल्यामुळे ते मुद्दाम असं करतात, असं बफेला वाटतं. यात अर्थातच खूप तथ्य आहे.

समजा, गुंतवणूकदारानं स्वतःच्या परीनं आणि सगळ्या मर्यादा सांभाळून स्वतंत्रपणे गुंतवणूक केली किंवा सरळ भरभक्कम म्युच्युअल फंड योजनांचा आधार घेतला, तर 'तज्ज्ञ' आणि सल्लागार मंडळींना कामच उरणार नाही. म्हणूनच गुंतवणूकदारांनी घाबरून जावं आणि आपल्यासारख्या लोकांचं म्हणणं ऐकत राहावं यासाठी सगळं क्लिष्ट आणि बोजड शब्दांमध्ये मांडायचे प्रकार सुरू राहतात. तसंच गुंतवणुकीमध्ये यश मिळवणं हा अत्यंत अवघड आणि सर्वसामान्य माणसाच्या ताकदीपलीकडचा विषय असल्याची नाहक भीतीही त्यामुळे निर्माण होते. गुंतवणूकदारांनी हे ओळखून सुज्ञपणे काय ऐकायचं आणि कशाकडे दुर्लक्ष करायचं हे शिकलं पाहिजे, असं बफे इथं आपल्याला सांगतो.

मंत्र २५

आपल्याला कळत नसलेल्या व्यवसायामध्ये कधीच गुंतवणूक करू नये.

आपलं जग हे सातत्यानं पुढे काय घडणार याविषयी औत्सुक्य बाळगणारं आहे. नवं संशोधन, नवं तंत्रज्ञान, नव्या घडामोडी, राजकारण, समाजकारण, अर्थकारण यांच्यात होत असलेले चढ-उतार या आणि इतर अनेक गोष्टींमुळे सातत्यानं नवं काहीतरी घडत असतं. लोकांची अभिरुची बदलत राहते. नव्या संकल्पना जन्मतात आणि जुनाट संकल्पना संपुष्टात येतात. लोकांच्या आवडीनिवडी, फॅशन्स हे सगळं सातत्यानं बदलत राहतं. बदल ही टिकून राहणारी एकमेव गोष्ट आहे, असं आपण अनेकदा ऐकतो. या सगळ्याचा गुंतवणुकीच्या विश्वावर खूप परिणाम होतो. नवनव्या घडामोडींमुळे, संशोधनांमुळे आणि बदलांमुळे गुंतवणूक नक्की कशात करावी याविषयीच्या संकल्पना बदलत राहतात. उदाहरणार्थ, ऊर्जेच्या कमतरतेचं संकट जवळ आल्यामुळे सौर ऊर्जा आणि पवन ऊर्जा या क्षेत्रांमधल्या कंपन्यांना महत्त्व येऊ शकतं. आर्थिक महामंदीमुळे शेअर बाजारात, तसंच बाँड्सच्या व्यवहारांमध्ये भीतीचं वातावरण पसरून सोन्याची किंमत वेगानं वाढू शकते. सर्वसामान्य गुंतवणूकदाराच्या आवाक्यापलीकडच्या या गोष्टी असल्यामुळे तो निमूटपणे आपला सल्लागार आपल्याला जे सांगेल त्यानुसार गुंतवणुकीचे निर्णय घेतो. उदाहरणार्थ, भारतात 'मेक इन इंडिया'ची घोषणा नरेंद्र मोदींच्या पंतप्रधानपदाच्या काळात झाल्याबरोबर पायाभूत क्षेत्रांमधल्या कंपन्यांमध्ये मोठी गुंतवणूक करण्यासाठी झुंबड माजली. तसंच फ्लिपकार्ट आणि

ॲमेझॉन यांच्यासारख्या कंपन्यांनी पूर्वीच्या व्यवसायांना आव्हान दिल्याबरोबर 'इ-कॉमर्स'शी संबंधित असलेल्या कंपन्यांचे शेअर्स कधी एकदा बाजारात येतील याकडे गुंतवणूकदारांचं लक्ष लागून राहिलं.

अगदी पहिल्यापासूनच वॉरन बफेचा या सगळ्याला साफ विरोध आहे. त्याला सतत होत असलेल्या बदलांचा तर साफ तिटकाराच आहे. नव्या गोष्टींपैकी बहुसंख्य गोष्टी काही काळातच गायब होतात किंवा मागे पडतात, असा त्याचा अनुभव आहे. अनेकदा बफेनं अशा नव्या संकल्पनांवर आधारित असलेल्या व्यवसायांचे शेअर्स न घेण्याचा 'मूर्खपणा' केल्याची टीका त्याच्यावर झाली खरी; पण काही काळातच बफेचं म्हणणं किती बरोबर होतं हे दिसून आलं. इतकंच नव्हे, तर प्रत्येक माणसाचं कार्यक्षेत्र मर्यादित असतं आणि त्याला काही मोजक्या गोष्टींमधलंच समजू शकतं, असं बफे मानतो. या कार्यक्षेत्रामध्ये शक्य तितक्या यशस्वी पातळीवर जाण्यासाठी माणसानं झटलं पाहिजे, असं तो म्हणतो. म्हणजेच सातत्यानं होत असलेल्या घडामोडी, होत असलेले बदल, नव्या क्षेत्रांमधली तेजी या सगळ्यापासून गुंतवणूकदारानं पूर्णपणे दूर राहिलं पाहिजे, असं त्याचं म्हणणं आहे. ज्या गोष्टी आपल्याला कळतात आणि ज्यामधली गुंतवणूक अत्यंत सुरक्षित आहे, अशाच पर्यायांचा गुंतवणूकदारानं विचार केला पाहिजे, असं बफे स्पष्टपणे सांगतो. १९९९-२००० च्या सुमाराला संगणक आणि इंटरनेट यांच्याशी संबंधित असलेल्या कंपन्यांच्या गुंतवणुकीपासून दूर राहण्याचा कठोर निर्णय बफेनं याच कारणामुळे घेतला. इतर सगळे लोक धडाधड या कंपन्यांच्या शेअर्सवर उडी टाकत असताना, आपल्याला त्यामधलं काही कळत नसल्यामुळे आपण ही गुंतवणूक करणार नसल्याचं बफेनं अजिबात लाज वाटू न देता जाहीरपणे सांगितलं. भल्याभल्या लोकांना हे जमलं नाही आणि त्यांनी आपले हात पोळून घेतले.

बफेचं म्हणणं प्रत्यक्षात आणण्यासाठी गुंतवणूकदारानं काही मोजक्या कंपन्यांच्या शेअर्समध्ये गुंतवणूक करून ती कायम राखण्याचा सोपा उपाय अमलात आणला पाहिजे. इतरत्र उल्लेख केल्याप्रमाणे म्युच्युअल फंड योजनांमध्ये गुंतवणूक करत असताना 'सेक्टर फंड' किंवा 'स्मॉलकॅप फंड' अशा विशिष्ट प्रकारच्या योजना टाळून गुंतवणूकदारानं 'डायव्हर्सिफाईड' म्हणजेच धोका कमी करणाऱ्या योजनांमध्ये पैसे गुंतवले पाहिजेत.

मंत्र २६

कुणीतरी खूप वर्षांपूर्वी लावलेल्या वृक्षाची सावली आज कुणालातरी थंडावा देते आहे.

आजचं जग धावपळीचं आहे. तसंच ते 'इस्टंट'सुद्धा आहे. म्हणजेच कुठलीही गोष्ट अगदी पटकन व्हायला हवी अशी सगळ्यांची अपेक्षा असणारं हे जग आहे. वाट बघण्याची कुणाचीच तयारी नसते. गुंतवणुकीच्या जगातही हे प्रकर्षानं जाणवतं. याचं कारण म्हणजे मुळात शेअर बाजाराची रचनाच अल्पकालीन घडामोडींना प्रमाणाबाहेर महत्त्व देण्यासाठी अनुकूल अशी झालेली आहे. उदाहरणार्थ, शेअर बाजारात ज्या कंपनीचे शेअर्स उपलब्ध असतात, अशा प्रत्येक कंपनीला आपले तिमाही निकाल जाहीर करावे लागतात. आपोआपच अशा प्रत्येक कंपनीला आपल्या शेअरची किंमत घसरू नये यासाठी जागरूक राहावं लागतं. यासाठी सातत्यानं प्रत्येक तिमाहीमधली कामगिरी चांगली असावी यासाठी कंपन्या धडपडतात. कित्येकदा हे अशक्य असतं.

अनेक कंपन्यांनी घेतलेले निर्णय नजीकच्या भविष्यात फारसा नफा मिळवून देण्यासारखे नसतात; पण पुढच्या काही वर्षांनंतर ते कंपनीला भरघोस नफा मिळवून देतात. याकडे दुर्लक्ष करून गुंतवणूकदारांचं आणि म्हणूनच कंपनीच्या वरिष्ठ पदाधिकाऱ्यांचं लक्ष फक्त पुढच्या तिमाहीकडेच लागून राहण्यासारखी परिस्थिती निर्माण होते. याचा अप्रत्यक्ष परिणाम म्हणजे गुंतवणुकीमध्ये मिळालेल्या यश-अपयशाची आकडेवारीसुद्धा 'गेल्या महिन्यात', 'गेल्या तिमाहीत' यशस्वी ठरलेल्या कंपन्या किंवा या काळात नफा मिळवून देणारे म्युच्युअल फंड्स अशाच प्रकारच्या गोष्टींवर केंद्रित

होते. खरं म्हणजे चांगल्या कंपन्यांच्या शेअर्समध्ये किंवा म्युच्युअल फंड योजनांमध्ये पैसे गुंतवल्यानंतर अनेक वर्षं उलटून गेल्यानंतरच गुंतवणूकदाराला आपल्या गुंतवणुकीमधून मिळणारा फायदा खऱ्या अर्थानं जाणवू शकतो. दुर्दैवानं संबंधित फंड व्यवस्थापकाचं लक्षसुद्धा फक्त पुढच्या तिमाही किंवा सहामाहीकडे लागून राहिलं, तर दीर्घकालीन मुदतीसाठीच्या गुंतवणुकीसाठी प्रयत्न करण्याचं त्याचं धाडस कसं होईल?

म्हणूनच वॉरन बफे इथं आपल्याला डेरेदार वृक्षाच्या सावलीचं अत्यंत समर्पक उदाहरण देतो. आपण उन्हातून जात असताना अशी सावली आपल्याला लाभली, तर आपण अचानकपणे खूपच आनंदी होतो आणि उन्हाचा तडाखा काही काळासाठी विसरून जातो. अशा वेळी आपण मनोमन त्या वृक्षाचे आभार मानतो. दर वेळी हा वृक्ष कुणी लावला असेल असा विचार आपल्या मनात येत नाही; पण अप्रत्यक्षपणे आपलं मन त्या माणसाला हळूच वंदन करतं.

हाच प्रकार व्यवसायाच्या आणि गुंतवणुकीच्या विश्वातही घडतो, असं बफेला म्हणायचं आहे. एखाद्या धोरणी व्यावसायिकानं किंवा उद्योजकानं खूप विचारपूर्वकरीत्या आणि अपार कष्ट घेऊन एखाद्या कंपनीची मुहूर्तमेढ रचलेली असते. आपल्या प्रयत्नांचं फळ बहुधा लगेचच मिळणार नाही, याची त्याला कल्पना असते. तरीसुद्धा त्याच्या नजरेतल्या भव्यदिव्य स्वप्नांची पूर्तता करण्यासाठी तो अहोरात्र झटतो आणि प्रचंड कष्ट घेतो. त्याचं हे स्वप्न साकारण्यासाठी अनेक वर्षं आणि कित्येकदा तर काही दशकंसुद्धा उलटतात. असं असूनसुद्धा तो न कंटाळता आणि न थकता आपलं काम करत राहतो. जसं वृक्ष लावणाऱ्या माणसाला त्या वृक्षाची सावली थंडावा देण्याचा प्रश्नच उद्भवत नसतो; तसंच. असं असूनसुद्धा वृक्ष लावणारा माणूस आपल्या नफ्याचा किंवा आपल्याला यातून काय मिळेल असा कोता विचार न करता आपल्या कृतीतून इतरांचं भलं होणार असल्याची जाणीव मनात बाळगून एका विलक्षण जिद्दीनं भारून गेलेला असतो; त्याच धर्तीवर हे घडतं.

गुंतवणूक करणाऱ्या प्रत्येकानं बफेच्या या विधानाची आठवण ठेवली पाहिजे. गुंतवणूक हा झटपट २०-२० क्रिकेटसारखा प्रकार नसून, कसोटी क्रिकेटसारखा सावकाशीनं चवदार होत जाणारा प्रकार आहे हे नक्की!

मंत्र २७

मला माझं आयुष्य खरंच खूप आवडतं. मला जे हवं ते करता यावं या दृष्टीनं मी त्याचा आराखडा तयार केला आहे आणि त्यानुसार जगलो आहे.

माणसाला कायम पडत आलेला आणि त्यापैकी बहुतेकांना ज्याचं उत्तर खूप शोधूनही सापडलेलं नाही असा प्रश्न म्हणजे 'मी कोण आहे?' हा असतो. शेवटपर्यंत माणसाला आपण स्वतः कोण आहोत याविषयीचं कोडं उलगडत नाही. आपल्या स्वतःविषयीच्या निरनिराळ्या संकल्पना माणसाच्या मनात घोळत राहतात. काही लोक आपल्या आयुष्याविषयी सुखी-समाधानी असतात, तर बहुसंख्य लोक वेगवेगळ्या कारणांमुळे आपल्या आयुष्याविषयी असंख्य तक्रारी करत राहतात. छोट्यामोठ्या कुरबुरी तर सतत सुरू असतातच. या पार्श्वभूमीवर गुंतवणुकीच्या विश्वात यशस्वी होऊ इच्छिणाऱ्यांनीच नव्हे, तर सगळ्यांनीच वॉरन बफेकडून शिकून घेण्यासारखी एक अत्यंत महत्त्वाची गोष्ट आपल्या स्वतःच्या आयुष्यासंबंधीची आहे. आपल्याला जे काम आवडतं, तेच काम आपल्याला प्रत्यक्षात करायला मिळेल असं नाही. म्हणजेच लोकांना सातत्यानं आपल्या आयुष्यात अप्रिय काम करावं लागतं. साहजिकच त्यांचं मन यात रमत नाही. अर्थार्जनासाठी तरीही ते करणं भाग असल्यामुळे त्यांचा नाइलाज असतो. या पार्श्वभूमीवर वॉरन बफेचं हे विधान आपल्या सगळ्यांना खूप मोलाची शिकवण देणारं आहे.

बफेला अगदी सुरुवातीपासूनच गुंतवणुकीच्या विश्वात यश मिळवण्याचा

आत्मविश्वास होता. आपण यातच कारकीर्द करणार असं त्यानं तेव्हाच ठरवून टाकलं. तसंच आपण खूप श्रीमंत होणार, असंही त्याला तेव्हाच वाटायचं! अर्थातच वयाच्या अकराव्या-बाराव्या वर्षी आपल्या भविष्याविषयी इतकी खात्री असणारा आणि त्यानुसार मार्गक्रमण करण्याचा निर्धार करणारा माणूस खूपच दुर्मीळ आहे. बफेइतका आत्मविश्वास आणि त्याच्यामध्ये असलेली दूरदृष्टी, हे सगळंच बहुतेक सगळ्या लोकांच्या आवाक्यापलीकडचं आहे. तरीही हे अशक्य नाही, असं बफे आपल्याला सुचवतो. कुठलाही माणूस थोडा निश्चय आणि स्वतःला ओळखण्यासाठी प्रयत्न करण्याची तयारी यांच्या जोरावर आपण नक्की काय करायचं आहे यासंबंधी भरभक्कम निर्णय घेऊ शकतो. यात थोड्याफार चुका होतील किंवा अनेक लोकांना आपण जे ठरवलं आहे, ते प्रत्यक्षात आणणं जवळपास अशक्य असल्याचंही काही काळातच लक्षात येईल. तरीसुद्धा किमान थोडे प्रयत्न करून आपण आपल्या आयुष्याचा आलेख आखू शकतो, असं बफे म्हणतो.

बफेनं आपल्या आयुष्याचा प्रवास अशा प्रकारे निश्चित केलेला असल्यामुळे त्याला अर्थार्जन कसं करायचं, फावला वेळ कसा घालवायचा, कुठल्या गोष्टीला किती महत्त्व द्यायचं, हे सगळं ठरवणं खूप सोपं गेलं. सर्वसामान्य माणसाची या गोष्टींमध्ये होत असलेली चडफड त्याच्या वाट्याला फारशी आली नाही. साहजिकच रोजच्या आयुष्यातल्या कटकटी सहजपणे दूर करून बफेला महत्त्वाच्या गोष्टींवर आपलं लक्ष केंद्रित करता आलं. म्हणजेच विनाकारण दुय्यम गोष्टींमध्ये वेळ जाणं, नकोशा झालेल्या साहेबाच्या हाताखाली काम करावं लागणं, मनाविरुद्ध अप्रिय स्वरूपाच्या कामात अडकून पडणं, या गोष्टी बफेच्या बाबतीत फारशा घडल्याच नाहीत. त्याचा वेळ सातत्यानं त्याच्या आवडीच्या कामात जात राहिला. शिवाय या कामातून त्याचा कल्पनेपलीकडचा आर्थिक नफा होत असल्यामुळे त्याला पैसे कमावण्याच्या मुख्य चिंतेनंही कधी ग्रासलं नाही. म्हणजेच आपल्या आवडीचं काम अर्थार्जनाशी जोडून टाकण्याचा विलक्षण चाणाक्षपणा बफेला खूप फायदेशीर ठरला. म्हणूनच त्यानं आपलं आयुष्य आपल्या बोलीवर म्हणजेच आपणच आखून घेतलेल्या आराखड्यानुसार जगल्याचं मत तो व्यक्त करतो.

प्रत्येक माणसामध्ये बफेची विलक्षण दूरदृष्टी नसली, तरी निदान काही प्रमाणात आपलं आयुष्य आपल्या इच्छेनुसार जगण्यासाठीचे प्रयत्न करणं प्रत्येकाला शक्य आहे, असं आपण नक्कीच म्हणू शकतो.

मंत्र २८

तुमचे पैसे आम्ही आमच्या पैशांइतक्याच जबाबदारीनं वापरू.

प्रत्येक गुंतवणूकदाराला आपण करत असलेल्या गुंतवणुकीविषयी शंका वाटत असते. जर गुंतवणूकदार थेट शेअर बाजारात पैसे गुंतवत असेल, तर त्याला आपले गुंतवणुकीविषयीचे निर्णय योग्य आहेत का, हा प्रश्न भेडसावतो. जर हा पर्याय खूपच धोकादायक आहे असं समजून गुंतवणूकदारानं याऐवजी आपले पैसे एखाद्या म्युच्युअल फंड योजनेत गुंतवायचं ठरवलं, तर संबंधित म्युच्युअल फंड कंपनी, गुंतवणूक योजना आणि तिचा व्यवस्थापक हे सगळे किती विश्वासार्ह आहेत, अशी शंका त्याच्या मनात पिंगा घालत असते. आपण मोठ्या कष्टांनी जमवलेली रक्कम आपण एखाद्या फंड व्यवस्थापकाच्या हवाली करायची आणि त्यानं त्याचं पुरतं वाटोळं करायचं, असं झालं तर काय, असं प्रत्येक गुंतवणूकदाराला वाटत असतं. साहजिकच ज्या फंड व्यवस्थापकाकडे आपण आपली गुंतवणुकीची रक्कम सोपवत असू, त्याविषयी पूर्ण खात्री मनात असल्याशिवाय गुंतवणूकदाराला शांतता लाभत नाही. जर आपला फंड व्यवस्थापक गुंतवणुकीशी संबंधित असलेले अतिधाडसी निर्णय आततायीपणे घेत असेल किंवा फार विचार न करता धडाधड खरेदी-विक्री करत असेल, तर यातून गुंतवणूकदाराचं मोठं नुकसान होऊ शकतं.

वॉरन बफे हा स्वतःचे पैसे गुंतवून प्रचंड श्रीमंत तर झालेलाच आहे; पण इतर लोकांचे पैसेसुद्धा गुंतवून त्यांना लाभ मिळवून देता देता त्यातून त्यानं स्वतःचा नफा करून घेतला आहे. साहजिकच बफेला

वैयक्तिक गुंतवणूकदारांची, तसंच फंड व्यवस्थापकांकडे आपले पैसे सोपवून मोकळं होणाऱ्या गुंतवणूकदारांची अशा दोन्ही प्रकारच्या लोकांची मानसिकता पुरेपूर ठाऊक आहे. आपली फसवणूक होण्याची भीती गुंतवणूकदारांना सतावत तर असतेच; पण शिवाय यातून येणारा उद्विग्नपणा आणि यामुळे गुंतवणूकदारांनी गुंतवणुकीच्या सक्षम पर्यायांकडे विनाकारणच कायमसाठी पाठ फिरवण्याचा घेतलेला निर्णय, हे सगळं बफेला टाळायचं असतं. यासाठीचा एकमेव मार्ग म्हणजे गुंतवणूकदारांकडून पैसे गोळा करून ते गुंतवणाऱ्या फंड व्यवस्थापकांनी अत्यंत चाणाक्षपणे ही गुंतवणूक करणं, हा असतो. गुंतवणूकदारांचं हित कायम नजरेसमोर ठेवणारे फंड व्यवस्थापक म्हणूनच बफेच्या दृष्टीनं अत्यंत गरजेचे असतात; अन्यथा शेअर बाजारापेक्षा जुगार खेळणं बरं, असं तो म्हणतो. बफेच्या या विचारसरणीतूनच हे विधान जन्मलेलं आहे.

जेव्हा गुंतवणूकदार त्यांनी कष्ट करून कमावलेली मोठी रक्कम आपल्याकडे सोपवतात, तेव्हा आपण त्या रकमेकडे अत्यंत जबाबदारीनं विश्वस्त असल्याच्या भूमिकेतून बघितलं पाहिजे, असं तो म्हणतो. गुंतवणूक करण्यासाठीचे असंख्य पर्याय समोर असताना आणि गुंतवणूकदार स्वतः गुंतवणूक न करता आपल्याकडे विश्वासानं ही जबाबदारी सोपवत असताना, आपण त्याकडे खूप गंभीरतेनं पाहायला हवं आणि गुंतवणूकदारांचं नुकसान टाळण्यासाठी शक्य तितकी काळजी घेतली पाहिजे, असं बफेचं महत्त्वाचं तत्त्व आहे. सर्वसामान्य गुंतवणूकदाराच्या दृष्टीनं बफेच्या या विधानातला महत्त्वाचा धडा म्हणजे, जो फंड व्यवस्थापक, तसंच या कामाशी संबंधित असलेली जी कंपनी आपल्या गुंतवणुकीची मनापासून जपणूक करेल आणि आपल्या गुंतवणुकीला स्वतःची गुंतवणूक समजून तिला जोपासेल, अशांकडेच गुंतवणूक करण्याचा निर्णय घेणं महत्त्वाचं असतं. ही माहिती कित्येकदा थेटपणे उपलब्ध नसते किंवा दिशाभूल करणारी माहिती उपलब्ध असते. यातून गुंतवणूकदारानं आपल्याला हवी असलेली माहिती शोधून टिपून घेणं गरजेचं असतं. यासाठी अगदी शेरलॉक होम्सचा अवतार धारण करण्याची गरज नसते. थोडंफार वाचन केलं आणि काही काळ आपल्या ठोकताळ्यांची खात्री पटवण्यासाठी घालवला, तर खरं-खोटं सहजपणे समजू शकतं.

मंत्र २९

पुढची दहा वर्षं जी गुंतवणूक कायम राखण्याचा आत्मविश्वास आपल्याला नसेल, ती फक्त दहा मिनिटांसाठीसुद्धा करू नका.

दीर्घकालीन गुंतवणुकीच्या महत्त्वाविषयी वॉरन बफे भरभरून बोलतो. सातत्यानं त्यानं या विषयावर भाष्य केलेलं आहे. आपण केलेली प्रत्येक गुंतवणूक शक्य तितक्या जास्त काळासाठी टिकवून धरण्याचा प्रयत्न करणं गरजेचं असतं, असं तो म्हणतो. साहजिकच इतर गुंतवणूकदारांना यश मिळवायचं असेल तर त्यासाठीही याचीच गरज असल्याचं तो वारंवार सांगतो. गुंतवणुकीमधलं यश आपण नक्की कशामध्ये पैसे गुंतवतो यावर अवलंबून तर असतंच; पण याखेरीज आपण ही गुंतवणूक किती काळासाठी कायम ठेवतो, यावरही ते बऱ्यापैकी अवलंबून असतं हे नक्की. बफेनं आणि इतरही अनेक यशस्वी गुंतवणूकदारांनी हाच मुद्दा अनेकदा सांगितला आहे.

भारतामध्येच नव्हे, तर सगळ्या जगामध्ये गुंतवणूकदार शेअर बाजार किंवा म्युच्युअल फंड यांच्यामध्ये गुंतवणूक करतात; पण घाबरून किंवा आपल्याला पुरेसा नफा मिळाला आहे असं समजून काही काळातच ती काढून घेतात. साहजिकच अशा गुंतवणुकीमधून त्यांना मिळू शकणारा खरा नफा मिळूच शकत नाही. म्हणूनच गुंतवणूकदार हाच स्वतःचा मुख्य शत्रू असतो, असं अनेकदा म्हटलं जातं. गुंतवणूकदाराच्या मनात सुरू असलेल्या उलथापालथी या शेअर बाजारातल्या उलथापालथींच्या मानानं खूप जास्त घातक असतात. यामुळेच शेअर बाजारातल्या चढउतारांना

तोंड देण्याची मानसिक क्षमता गुंतवणूकदार गमावून बसतात आणि आपलं खूप नुकसान करून घेतात.

या संदर्भात वॉरन बफेचं हे विधान म्हणूनच महत्त्वाचं आहे. गुंतवणूक या शब्दाचा खरा अर्थ समजून घेण्यासाठी या विधानाची खोली प्रत्येक गुंतवणूकदारानं लक्षात घेतली पाहिजे. 'गुंतवणूक' हा शब्दच मुळात 'दीर्घ मुदतीसाठी'चा असतो. गुंतवणूकदार याविषयी ऐकतात खरं; पण प्रत्यक्षात गुंतवणूक करताना मात्र त्याविषयी विसरून जातात. घर घेताना त्यांचा दीर्घकालीन दृष्टिकोन टिकून राहतो. कारण लगेचच घर विकणं सोपं नसतं. शिवाय घरांच्या किमतींमध्ये चढउतार होणारच असं त्यांनी स्वतःला सांगून ठेवलेलं असतं. शेअर्स आणि म्युच्युअल फंड्स यांच्या बाबतीत मात्र गुंतवणूकदार हे सोपं सूत्र पार विसरून जातात. शेअर्स आणि म्युच्युअल फंड्स यांच्या किमती सातत्यानं समजत आणि बदलत असल्यामुळे; तसंच त्यांच्यामधली गुंतवणूक विकून टाकणं अगदी सहजपणे शक्य असल्यामुळे गुंतवणूकदार इथं दीर्घ मुदतीसाठीचा नियम विसरून जातात. हाव आणि भीती यांच्या दुष्टचक्रामध्ये अडकून ते आपल्याकडची गुंतवणूक अगदी सहजपणे काढून टाकतात. यासाठी क्षणभर विचलित होणंसुद्धा पुरतं.

बफे आपल्याला शेअर्स आणि म्युच्युअल फंड्स यांच्यामधली गुंतवणूक किमान दशकभरासाठी कायम राखण्याचा अत्यंत सुज्ञ सल्ला इथं देतो आहे. कुठल्याही कंपनीला आपली धोरणं आखून त्यानुसार वाटचाल करणं, अवघड परिस्थितीतून मार्ग काढणं, अपेक्षित असलेली प्रगती साधणं, तेजी-मंदीच्या आणि इतर अडचणींच्या अडथळ्यांमधून सहीसलामतपणे बाहेर पडणं, यासाठी अनेक वर्षं लागतात. अर्थकारणामध्ये यालाच 'बिझिनेस सायकल' असं म्हणतात.

साहजिकच कंपन्यांच्या शेअर्सच्या किमती त्यानुसार बदलत राहतात. यामुळे दररोज किंवा नित्यनेमानं शेअर्सच्या किमती बघत राहणाऱ्या गुंतवणूकदारांना यातल्या उलथापालथींमुळे अतिउत्साहित वाटतं किंवा घाबरून जायला होतं. या दोन्ही प्रकारच्या भावना गुंतवणूकदारांसाठी अत्यंत घातक असतात. त्यात अडकायचं असेल, तर आपली गुंतवणूक किमान दहा वर्षांसाठी टिकवून धरण्याचा निर्धार गुंतवणूकदारानं केला

पाहिजे, असं बफे म्हणतो. तसंच आपल्या गुंतवणुकीचं मूल्य किती आहे हे सातत्यानं न तपासण्याचा धोरणी निर्णय घेऊन त्यानुसार वागणंही त्याच्यासाठी महत्त्वाचं ठरतं.

मंत्र ३०

मी एक उद्योजक असल्यामुळे जास्त चांगला गुंतवणूकदार आहे आणि मी गुंतवणूकदार असल्यामुळे जास्त चांगला उद्योजक आहे.

कुठल्याही गुंतवणूकदारानं कशा प्रकारे गुंतवणूक करावी यासाठीचं अचूक मार्गदर्शन वॉरन बफे निरनिराळ्या प्रकारे करतो. याचा उत्तम नमुना म्हणून या विधानाकडे बघता येईल. गुंतवणुकीच्या जगात कशा प्रकारे यश मिळवायचं यासाठी आपण उद्योजक आणि व्यावसायिक मंडळी यांच्याकडे बघितलं पाहिजे, असं बफे इथं आपल्याला सांगतो. कुठलाही व्यावसायिक माणूस आपला व्यवसाय चालवत असताना अनेक गोष्टींचा विचार करतो, आपल्या हातून वायफळ खर्च होणार नाहीत याची काळजी घेतो, कुठल्याही नियमांचं उल्लंघन होणार नाही आणि आपल्यासमोर त्यातून अडचणी निर्माण होणार नाहीत यासाठी प्रयत्न करतो आणि आपल्याला मिळत असलेला नफा पुन्हा आपल्या उद्योगामध्ये गुंतवून त्याची वाढ करण्याचा प्रयत्न करतो. एखाद्या गुंतवणूकदाराचा दृष्टिकोन असाच असला पाहिजे असं बफे म्हणतो. ज्याप्रमाणे आपल्या उद्योगावर उद्योजकाची प्रचंड श्रद्धा असते आणि त्याची वाढ करण्यासाठी तो सातत्यानं प्रयत्न करत राहतो, त्याप्रमाणे गुंतवणूकदारानं आपली गुंतवणूक यशस्वी ठरण्यासाठी आणि ती वाढवण्यासाठी प्रयत्न केले पाहिजेत, असं बफेचं आपल्याला सांगणं आहे.

प्रत्यक्षात गुंतवणूकदार आपल्या गुंतवणुकीकडे अशा नजरेनं बघत

नाहीत, याचं बफेला वाईट वाटतं. आपल्या गुंतवणुकीमधून कल्पनेपलीकडचा नफा कमावण्याची क्षमताही ते यामुळे गमावून बसतात. कित्येकदा थोडा नफा झाला की खूश होऊन ते आपली गुंतवणूक काढून घेतात किंवा थोडं नुकसान झालं की आणखी जास्त नुकसान होण्याच्या भीतीपोटी आपली गुंतवणूक विकून मोकळे होतात. यालाच बफे अव्यावसायिक किंवा उद्योजकाचा नसलेला दृष्टिकोन म्हणतो. आपल्या उद्योगात असंख्य अडथळे येणार आणि यामुळे त्यात पदोपदी चढ-उतार होणार, याची उद्योजकाला पुरेपूर कल्पना असते. साहजिकच तो संकटांमुळे खचून जात नाही किंवा यशामुळे प्रमाणाबाहेर उत्साहीसुद्धा होत नाही. आपलं डोकं ठिकाणावर ठेवून आपलं लक्ष्य निश्चित करून तो मार्गक्रमण करत राहतो. गुंतवणूकदार आपल्या गुंतवणुकीकडे अशाच नजरेतून बघत नसल्याची बफेला खूप खंत वाटते.

बफेच्या या विधानात दडलेला आणखी एक अर्थसुद्धा समजून घेणं महत्त्वाचं आहे. ज्याप्रमाणे कुठलाही व्यावसायिक आपल्या व्यवसायातून होत असलेला नफा सहजासहजी काढून घ्यायला तयार नसतो आणि तो नफा पुन्हा आपल्या व्यवसायातच गुंतवण्यासाठी धडपडत असतो, त्याच धर्तीवर गुंतवणूकदारानंही वागलं पाहिजे असं बफे म्हणतो. व्यावसायिकाला आपला व्यवसाय वाढवण्यासाठी सातत्यानं भांडवलाची गरज असते. हे भांडवल उभं करण्यासाठी त्याला बँकांकडून कर्ज घेणं किंवा कुणाकडूनतरी पैसे उधार घेणं आवश्यक असतं. हळूहळू व्यवसायाची वाढ झाल्यानंतर मात्र त्याला हे भांडवल आपल्या व्यवसायातून होत असलेल्या नफ्यातून उभं करणं शक्य होतं. म्हणजेच अशा वेळी आपल्या व्यवसायातून होत असलेला नफा काढून घेण्यापेक्षा तो गुंतवणं आणि आपल्या व्यवसायामध्ये आणखी वाढ करणं यासाठी तो प्रयत्न करायला लागतो. एक प्रकारे हे चक्रवाढ व्याजासारखंच असतं. म्हणजेच आपल्या व्यवसायातून होत असलेला नफा भांडवल म्हणून वापरणं, त्यातून आणखी नफा कमावणं, पुन्हा तो भांडवल म्हणून वापरणं असं करत करत उद्योग मोठा होत जातो. चक्रवाढ व्याजासारखी ही संकल्पना प्रत्येक गुंतवणूकदारानं वापरली पाहिजे, असं बफे आपल्याला सांगतो. म्हणजेच गुंतवणूक करताना फक्त त्यातून आपल्याला किती नफा कमावता येईल याचा विचार न करता मिळत असलेला नफा

गुंतवत राहण्यामुळे आपली गुंतवणूक प्रचंड वेगानं कशी वाढत जाईल, याकडे गुंतवणूकदारानं लक्ष दिलं पाहिजे, असं बफेला सुचवायचं आहे.

चौथा विभाग

गुंतवणुकीविषयीची विविध मतं

मंत्र ३१

मी ५०-७५ गोष्टींमध्ये लक्ष घालू शकत नाही. असं करणं म्हणजे मला प्राणिसंग्रहालयातल्या असंख्य प्राण्यांप्रमाणे आपल्याकडे खूप जास्त प्रमाणातल्या कंपनीमधली गुंतवणूक असल्यासारखं वाटतं. त्याऐवजी मोजक्या कंपन्यांमध्ये मोठ्या गुंतवणुकी करणं मला आवडतं.

गुंतवणुकीच्या संदर्भात 'डायव्हर्सिफिकेशन' ही एक अत्यंत महत्त्वाची संकल्पना मानली जाते. आपला धोका कमी करण्यासाठी गुंतवणूकदारानं अनेक कंपन्यांचे शेअर्स विकत घेतले पाहिजेत किंवा अनेक म्युच्युअल फंड योजनांमध्ये पैसे गुंतवले पाहिजेत, असं म्हटलं जातं. यालाच 'डायव्हर्सिफिकेशन' असं म्हणतात. यामुळे गुंतवणूकदार ठरावीक क्षेत्रांवर किंवा कंपन्यांवर अवलंबून न राहता अनेक क्षेत्रांमध्ये किंवा कंपन्यांमध्ये गुंतवणूक करतो आणि एका क्षेत्राच्या किंवा कंपनीच्या अपयशाचा त्याच्या गुंतवणुकीवर प्रमाणाबाहेर दुष्परिणाम होत नाही. उदाहरणार्थ, समजा एखाद्या गुंतवणूकदारानं काही बँकांचे, काही आयटी कंपन्यांचे आणि काही सिमेंट कंपन्यांचे शेअर्स विकत घेतले, तर आयटी क्षेत्रामधल्या मंदीची व्याप्ती ठरावीक प्रमाणात राहते आणि त्याच्या पूर्ण गुंतवणुकीवर तिचं सावट पडत नाही. उरलेल्या क्षेत्रांमधल्या कंपन्यांच्या शेअर्समधून गुंतवणूकदाराला फायदा मिळत राहतो. अर्थात गुंतवणुकीच्या संदर्भातलं 'डायव्हर्सिफिकेशन' हे यापलीकडेसुद्धा जातं. म्हणजेच गुंतवणूकदारानं मुळात आपली गुंतवणूक फक्त शेअर्स किंवा म्युच्युअल फंड्स यांच्यामध्ये करायची का थोडे पैसे बाँड्स, पीपीएफ, बँकांमधल्या ठेवी यांच्यामध्येही

गुंतवायचे, हे ठरवणं म्हणजेसुद्धा 'डायव्हर्सिफिकेशन'च झालं. त्यानंतर खालच्या पातळीवर शेअर्स आणि म्युच्युअल फंड्स यांच्यामध्ये किती वैविध्य आणायचं हे ठरवणं, म्हणजे आणखी पुढचं 'डायव्हर्सिफिकेशन' झालं.

वॉरन बफेचा या वैविध्याला म्हणजेच 'डायव्हर्सिफिकेशन'ला फारसा पाठिंबा नाही. तसा त्याचा या संकल्पनेला पूर्ण विरोधसुद्धा नाही. फक्त गुंतवणूकदारानं हे 'डायव्हर्सिफिकेशन' एका मर्यादेपर्यंत ठेवलं पाहिजे, एवढंच तो म्हणतो. म्हणजेच जशी गुंतवणूकदारानं फक्त एक-दोन कंपन्यांच्या शेअर्सपुरतीच गुंतवणूक करू नये, तशीच त्यानं ती कंपन्यांची संख्या प्रमाणाबाहेर वाढवूनही करू नये. याचाच अर्थ 'अंडर डायव्हर्सिफिकेशन' आणि 'ओव्हर डायव्हर्सिफिकेशन' या दोन्ही गोष्टींना बफेचा विरोध आहे. यातून उद्भवणारा अगदी रास्त प्रश्न म्हणजे- कुठल्याही गुंतवणूकदारानं योग्य 'डायव्हर्सिफिकेशन' किती हे कसं ठरवायचं? नक्की किती कंपन्यांचे किंवा किती वेगवेगळ्या क्षेत्रांमधल्या कंपन्यांचे शेअर्स विकत घेणं योग्य ठरतं? तसंच जे गुंतवणूकदार थेट शेअर्समध्ये गुंतवणूक न करता म्युच्युअल फंडांमध्ये गुंतवणूक करत असतील, त्यांनी किती फंड योजनांमध्ये पैसे गुंतवावेत? या प्रश्नाचं उत्तर तसं सोपं नसलं तरी फार अवघडही नाही.

जे गुंतवणूकदार थेट शेअर्समध्ये गुंतवणूक करत असतील, त्यांनी फार फार तर आठ-दहा कंपन्यांचे शेअर्स विकत घ्यावेत, असं बहुतेक सगळे तज्ज्ञ म्हणतात. याचं कारण म्हणजे याहून जास्त कंपन्यांविषयीची माहिती मिळवणं, ती अद्ययावत करत राहणं, कुठल्या कंपनीमध्ये कधी गुंतवणूक करणं योग्य आहे याचे ठोकताळे बांधणं, सातत्यानं या सगळ्या माहितीचा उपयोग आपल्या गुंतवणुकीसाठी करणं हे सर्वसामान्य माणसाच्या आवाक्याबाहेरचं असतं. त्यातच या कंपन्यांची संख्या वाढत गेली, तर गुंतवणूकदाराला यात फारच अडचणी येतात. नुसत्या वरवरच्या माहितीच्या आधारे गुंतवणूक करणं किंवा ती काढून घेणं, असे प्रकार त्याच्या हातून घडायला लागतात. म्हणून हा आकडा त्यानं मर्यादित ठेवला पाहिजे.

म्हणूनच शक्यतो गुंतवणूकदारांनी स्वतः शेअर्समध्ये थेट गुंतवणूक करण्याचा धोका पत्करण्यापेक्षा म्युच्युअल फंडांकडे वळलं पाहिजे.

मुळात म्युच्युअल फंड हेच शेअर्समध्ये 'डायव्हर्सिफाईड' गुंतवणूक करत असतात. म्हणजेच म्युच्युअल फंड योजना एका वेळी २५-५० कंपन्यांच्या शेअर्समध्ये गुंतवणूक करत असतात. साहजिकच गुंतवणूकदाराला आपोआपच त्यातून पुरेसं वैविध्य मिळत असतं आणि त्यानं गुंतवलेली रक्कम विभागून अनेक कंपन्यांच्या शेअर्समध्ये जात असते. त्यात आणखी 'डायव्हर्सिफिकेशन' आणण्याच्या हेतूपोटी गुंतवणूकदार पाच-दहा आणि काही वेळा तर वीस-वीस म्युच्युअल फंड योजनांमध्ये गुंतवणूक करतात. याला काहीच अर्थ नसतो आणि गुंतवणूकदारानं फक्त एकाच किंवा फार फार तर दोन चांगल्या योजनांमध्ये पैसे गुंतवणं पुरेसं असतं.

मंत्र ३२

शेअर बाजार, अर्थकारण, व्याजदर किंवा निवडणुका यांच्याशी संबंधित असलेले अंदाज व्यक्त करणं बंद करा.

शेअर बाजारामधल्या घडामोडी इतर अनेक घटनांवर अवलंबून असतात. अर्थकारणामधल्या उलथापालथींचा शेअर बाजारावर तर परिणाम होतोच; पण त्याखेरीज राजकारण, आंतरराष्ट्रीय घडामोडी इत्यादी गोष्टींवरही शेअर बाजार खूप अवलंबून असतो. तेलाचे भाव घसरले, की शेअर बाजार कोसळतो किंवा वर जातो. अल कायदा किंवा आयसिस यांच्यासारख्या दहशतवादी संघटनांनी एखादी आततायी कृती केली की जगभरात त्याचे पडसाद उमटतात आणि यामुळे सगळीकडचे शेअर बाजार धडकी भरल्यासारखे आपटी खातात. भारतात मॉन्सून वेळेवर येणार नाही किंवा कमी प्रमाणात पर्जन्यवृष्टी आणणार असे अंदाज हवामान खात्यानं व्यक्त केले, की त्याबरोबर शेअर बाजार परत खचतो. त्याचबरोबर निवडणुकीत ठरावीक पक्षाला बहुमत मिळालं किंवा अमुक नेता अर्थमंत्री झाला म्हणून शेअर बाजार वरही जातो. हे सगळं अनेक अंदाजांवर आणि गृहीतकांवर आधारलेलं असतं. यामधल्या बहुतेक गोष्टी सर्वसामान्य गुंतवणूकदाराच्याच काय, पण तुफान यशस्वी ठरलेल्या वॉरन बफेसारख्या महान गुंतवणूकदाराच्याही आवाक्याबाहेरच्या आहेत. म्हणूनच कुणीच त्यासंबंधीचे अंदाज बांधण्याचा अजिबात प्रयत्न करू नये. इतकंच नव्हे, तर या शक्यतांवर आणि अंदाजावर आधारलेले निर्णय आपल्या गुंतवणुकीच्या संदर्भात घेण्याची घोडचूकसुद्धा कुणी करू नये.

कित्येकदा प्रत्यक्ष घटना किंवा त्याविषयींचे अंदाज यामुळेच नव्हे, तर एखाद्या प्रभावशाली माणसाच्या वक्तव्यामुळेसुद्धा शेअर बाजारात प्रचंड उलथापालथी होतात. यासंबंधीचं अगदी अलीकडचं उदाहरण म्हणजे २०१४ साली अमेरिकी मध्यवर्ती बँक म्हणून ओळखल्या जाणाऱ्या फेडरल रिझर्व्हच्या अध्यक्षपदी असलेल्या बेन बर्नान्केनं आपण अमेरिकेमधले व्याजदर भविष्यात वाढवण्याची शक्यता असल्याचं विधान करताच जगभरात खळबळ माजली आणि सगळीकडचे शेअर बाजार वेगानं कोसळले.

भारतातसुद्धा बॉम्बे स्टॉक एक्स्चेंज (बीएसई) आणि नॅशनल स्टॉक एक्स्चेंज (एनएसई) या दोन्ही शेअर बाजारांमध्ये शेअर्सची दणदणीत विक्री झाली. तसंच बाँडधारकांनीही आपल्याकडचे बाँड्स विकून टाकले. भारताचा रुपया अमेरिकी डॉलरच्या तुलनेत वेगानं घसरला. खरं म्हणजे बर्नान्केनं केलेल्या विधानाचा साफ चुकीचा अर्थ काढल्यामुळे हे घडलं होतं. लगेचच काहीच घडणार नव्हतं. किमान एक-दीड वर्षानंतर आपण काय करणार आहोत याविषयीचा अत्यंत ढोबळ अंदाज बर्नान्केनं व्यक्त केला होता. याचा एवढा गंभीर परिणाम होईल असं कुणालाच वाटलं नाही. अर्थातच बर्नान्केच्या म्हणण्याचा अन्वयार्थ लक्षात आल्यानंतर परिस्थिती हळूहळू सुधारली आणि आर्थिक बाजारामध्ये स्थैर्य आलं. तोपर्यंत घाईघाईत घाबरून अनेक गुंतवणूकदारांनी आपली गुंतवणूक काढून टाकलेली असल्यामुळे त्यांचं विनाकारणच नुकसान झालं.

म्हणूनच भविष्यातल्या निरनिराळ्या शक्यतांविषयी आणि घडामोडींविषयी सुज्ञ गुंतवणूकदारानं कुठलेच अंदाज बांधू नयेत आणि इतरांच्या अंदाजांवर आपली गृहीतकं आधारू नयेत, असं बफे म्हणतो. गुंतवणूकदारानं फक्त आपल्या वैयक्तिक लक्ष्यांचा विचार करावा आणि ही लक्ष्यं गाठण्यासाठी आपली गुंतवणूक योग्य मार्गावर आहे ना, याची खात्री झाली की आजूबाजूला घडत असलेल्या घटनांकडे साफ दुर्लक्ष करावं. याचं कारण म्हणजे आत्तापर्यंत भारतात शेअर बाजार पार बुडण्यापासून अमेरिकेच्या वर्ल्ड ट्रेड सेंटरवर प्रचंड मोठा हल्ला होण्यापर्यंतच्या अनेक सनसनाटी घडामोडी घडलेल्या आहेत. याविषयीचे तर अंदाज बांधणंसुद्धा कुणाला शक्य नव्हतं. साहजिकच त्याविषयी

काही गृहीत धरून गुंतवणूकदारांनी आधीच हालचाल करण्याचाही प्रश्न नव्हता. असं असूनही या सगळ्या संकटांनंतर शेअर बाजार काही महिन्यांतच पूर्ववत झाला आणि आपली गुंतवणूक टिकवून धरणाऱ्या गुंतवणूकदारांचा मोठा फायदा झाला.

मंत्र ३३

ज्यांना नजीकच्या काळात आपल्याकडचे शेअर्स विकायचे असतील असेच लोक शेअर बाजारातल्या तेजीमुळे आनंदी होतात. ज्यांना शेअर्सची खरेदी करायची असेल त्या लोकांना शेअर्सच्या किमतींमध्ये घसरण येणं केव्हाही आवडेल.

शेअर बाजार हे शेअर्सच्या खरेदी-विक्रीसाठीचं ठिकाण असतं, हे सगळ्यांना माहीत आहे. याचाच सोपा अर्थ, ज्यांना शेअर्सची खरेदी करायची असेल त्यांच्यासाठी, तसंच ज्यांना आपल्याकडचे शेअर्स विकायचे असतील त्यांच्यासाठीही शेअर बाजार ही व्यवहाराची जागा आहे. एक माणूस शेअर्स विकतो आणि दुसरा ते खरेदी करतो. याचाच अर्थ, एकाच वेळी किमान दोन माणसांची किंवा संस्थांची एकाच कंपनीच्या शेअर्सविषयी परस्परविरोधी मतं असतात. एकाला हे शेअर्स आता विकण्यायोग्य आहेत असं वाटतं; तर दुसऱ्याला हे शेअर्स खरेदी करण्यायोग्य वाटतात. याचाच अर्थ, प्रत्यक्षात त्या शेअर्सचं खरं मूल्य काही का असेना; त्या शेअर्सचा बाजारभाव मात्र दोन प्रकारच्या लोकांना वेगवेगळा आणि खरं म्हणजे एकमेकांच्या एकदम उलटा वाटतो. असं नसतं, तर शेअर बाजारामध्ये शेअर्सच्या खरेदी-विक्रीचे व्यवहार झालेच नसते. इतकंच नव्हे, तर मुळात शेअर बाजाराची गरजच भासली नसती.

वॉरन बफे मात्र शेअर बाजाराकडे एकदम वेगळ्या नजरेनं बघतो. शेअर बाजार ही शेअर्सच्या खरेदी-विक्रीसाठीची जागा असली तरी

त्यात आपण सहभागी व्हायचं का नाही, याचा निर्णय प्रत्येक गुंतवणूकदारानं स्वतंत्रपणे घेतला पाहिजे, असं बफे म्हणतो. म्हणजेच शेअर बाजार उपलब्ध आहे आणि तिथं व्यवहार सुरू आहेत म्हणून आपल्याला खरी गरज असो वा नसो; आपण त्यात सहभागी होण्याची गरज नसते. सर्वसामान्य गुंतवणूकदाराची इथंच गल्लत होते. शेअर बाजार वेगानं वर गेला किंवा खाली आला, अशा प्रकारच्या बातम्यांमुळे तो अतिउत्साही तरी होतो किंवा विनाकारणच घाबरून जातो. म्हणजेच आपलं गुंतवणुकीचं मूळ लक्ष्य काय आहे आणि ते गाठण्यासाठी आपण शिस्तबद्ध प्रकारे गुंतवणूक कशी केली पाहिजे, हे सगळं विसरून गुंतवणूकदार इतरांच्या कृतीला बळी पडतो आणि स्वतःसुद्धा खरेदी किंवा विक्री करतो.

ही चूक टाळायची असेल, तर गुंतवणूकदारानं काय करावं? गुंतवणूकदारानं सरळ आपल्या आवडत्या शेअर्सच्या किंवा म्युच्युअल फंड योजनेच्या खरेदीसाठी 'सिस्टिमॅटिक इन्व्हेस्टमेंट प्लॅन (एसआयपी)'चा वापर करावा. म्हणजेच महिन्याच्या ठरावीक दिवशी ठरावीक रकमेची गुंतवणूक त्यानं आपल्या आवडत्या शेअर्समध्ये किंवा म्युच्युअल फंडात करावी. यासाठी संबंधित वेबसाईट्सवर किंवा म्युच्युअल फंडांकडे सगळ्या सोयी उपलब्ध असतात. अशा प्रकारे गुंतवणूक केल्यामुळे शेअर बाजाराची परिस्थिती कशीही असली तरी गुंतवणूकदार महिन्याच्या ठरावीक दिवशी खरेदी करत राहतो आणि त्याला शेअर बाजारातल्या चढ-उतारांचा फायदाच होतो. याचं कारण म्हणजे त्याला सगळ्या महिन्यांच्या सरासरीएवढी खरेदी किंमत पडते. म्हणजेच शेअर बाजारात मंदीचं वातावरण आलं तरी गुंतवणूकदार नाराज होण्याऐवजी किंवा त्याला भीती वाटण्याऐवजी तो उलट खूशच होतो. त्याला सातत्यानं खरेदीची संधी उपलब्ध होते. तसंच शेअर बाजार वर-खाली होण्याची त्याला आपोआप सवयसुद्धा होते.

एकूण काय, तर गुंतवणुकीच्या विश्वात शेअर बाजार खाली जाणं ही सुसंधी मानून, अशा वेळी खरेदी करण्याचा सुज्ञपणा दाखवणारे लोक भरघोस कमाई करतात. याऐवजी जे गुंतवणूकदार हे चढ-उतार बघून घाबरून जातात किंवा विक्रीचा निर्णय घेतात, त्यांना नुकसानच सोसावं लागतं. म्हणूनच शेअर बाजारात गुंतवणूक करणाऱ्यांनी एक तर एसआयपीसारख्या पद्धतीचा वापर करावा किंवा मग शेअर बाजारातल्या

दररोजच्या घडामोडींकडे पार दुर्लक्ष करून दर काही महिन्यांनीच आपल्या गुंतवणुकीचं काय झालं आहे, याचा आढावा घ्यावा. शेअर बाजारातल्या उलथापालथींमुळे आपली झोप गमावून बसू नये आणि चुकीच्या वेळी घाबरून जाऊन विक्री करून आपलं नुकसानसुद्धा करून घेऊ नये.

मंत्र ३४

जर आपण छोट्याछोट्या गोष्टींच्या संदर्भात बेशिस्तीनं वागलो, तर आपण महत्त्वाच्या गोष्टींच्या संदर्भातही असंच वागण्याची दाट शक्यता निर्माण होते.

गुंतवणूक हे 'मोठ्या पैशांच्या' संदर्भातलं विश्व आहे, असं आपल्यापैकी बरेच जण म्हणतात. म्हणजेच मोठ्या रकमांच्या बाबतीत आपण योग्य निर्णय घेतले की तेवढं पुरण्यासारखं आहे, असं आपल्याला वाटतं. गुंतवणूक करताना छोट्या रकमांचा आपण फारसा विचार करत नाही. याचं कारण म्हणजे मोठ्या रकमांच्या बाबतीतले निर्णय बरोबर ठरले, की त्याबरोबर छोट्या रकमांच्या बाबतीत झालेल्या चुका आपोआप भरून निघतात, असं आपल्याला वाटतं. वरवर हे तर्कबुद्धीला पटण्यासारखं वाटत असलं तरी, प्रत्यक्षात मात्र हे साफ चुकीचं आहे, असं वॉरन बफे म्हणतो. याचं मुख्य कारण म्हणजे- आपण छोट्या रकमांच्या बाबतीत किंवा छोट्या निर्णयांच्या संदर्भात चुकीचे निर्णय घ्यायला लागलो किंवा घिसाडघाईनं वागायला लागलो, की आपोआपच मोठ्या रकमांच्या बाबतीतसुद्धा नकळतच आपल्या हातून चुका व्हायला लागतात, असा त्याचा अनुभव आहे. म्हणून प्रत्येक पैसा काळजीपूर्वकरीत्या वापरणं आणि तो गुंतवताना खूप विचार करणं, याची काळजी तो आवर्जून घेतो. यामुळे आपल्यामध्ये छोट्या असो वा मोठ्या; कुठल्याच गुंतवणुकीच्या संदर्भात चुका घडण्याची शक्यता खूप कमी होते, असं तो म्हणतो. अर्थातच याचा अर्थ, त्याच्या हातून कधीच चुका घडत नाहीत, असं अजिबातच नाही. त्यानं अनेकदा आपल्या चुकांचीही मोकळेपणानं

कबुली दिलेली आहे. चुका कमी करणं आणि निदान अशी चूक होण्याची शक्यता लक्षात घेऊन त्याविषयी खबरदारी घेणं, इतकं तरी आपण निश्चितच करू शकतो, असं त्याला म्हणायचं आहे.

आता या चुका नक्की कोणत्या स्वरूपाच्या असतात? त्या असंख्य प्रकारे घडतात. उदाहरणार्थ, शेअर बाजार वर चाललेला बघून अनेक जण उत्साहाच्या भरात पुढच्या वर्षी मुलाच्या शाळेच्या प्रवेशासाठी लागणारी रक्कम शेअर बाजारात गुंतवून टाकतात आणि नेमका शेअर बाजार कोसळतो. याच्या उलटा प्रकार म्हणजे बव्हंशी लोक दीर्घ मुदतीची गुंतवणूक पीपीएफ, बाँड्स, एफडी अशा 'सुरक्षित' पण खूप कमी नफा मिळवून देणाऱ्या पर्यायांमध्ये करतात. अनेक लोक सातत्यानं 'टायमिंग' साधण्यासाठी शेअर बाजारात खरेदी-विक्री करत राहतात. म्युच्युअल फंडांमध्ये खर्च वाचवण्यासाठी 'डायरेक्ट प्लॅन' म्हणून पर्याय उपलब्ध असूनसुद्धा त्याविषयीच्या अज्ञानापोटी किंवा निव्वळ आळसापोटी अनेक जण त्याकडे दुर्लक्ष करतात.

बहुतेक लोकांकडे खर्चीक विमा योजना असतात. 'आपल्याला कुठे गरज पडणार?' असं म्हणून कित्येक लोक आरोग्य विमा योजना घेत नाहीत. भावनेपोटी बरेच जण आपल्या मुलांच्या जीवन विमा योजना काढतात. बँकेत पैसे पडून राहिलेले असताना काही जण क्रेडिट कार्डावर कर्ज घेतात किंवा वैयक्तिक कर्ज म्हणजेच 'पर्सनल लोन' घेतात. तातडीनं न लागणारी रक्कम सुरक्षित प्रकारच्या म्युच्युअल फंडांमध्ये किंवा किमान मुदतठेवींमध्ये न गुंतवता, लोक तशीच आपल्या बँक खात्यांमध्ये पडून राहिली तरी त्याकडे दुर्लक्ष करतात. काही बँका बचत खात्यावर ६-७ टक्के व्याज देत असूनही अशा बँकांमध्ये आपलं खातं उघडून त्यात वरचे पैसे टाकण्याचा बहुतेक लोक कंटाळा करतात.

यामधल्या अनेक चुका आपल्या सगळ्यांच्या हातून घडतात. याला जवळपास कुणीच अपवाद नसेल. किमान त्यांची जाणीव आपल्याला व्हायला हवी आणि आपण या चुकांची पुनरावृत्ती करता कामा नये, असं बफेला इथं सुचवायचं असावं. बफे अर्थातच हा विषय एकदम टोकाला नेतो. एकदा गोल्फच्या मैदानावर बफेशी एका माणसानं दोन डॉलर्सची पैज लावण्याचा प्रयत्न केला. ही पैज आपण हरणार याची

बफेला खात्री असल्यामुळे त्यानं ही पैज लावायला साफ नकार दिला. फक्त दोन डॉलर्ससाठी बफे असं करत असल्याचं बघून तो माणूस अवाकच झाला; पण म्हणूनच बफे हा बफे आहे!

मंत्र ३५

इतर लोक जितक्या बेपर्वाईनं वागतात तितक्याच जबाबदारीनं आपण स्वतः वागलं पाहिजे.

इथं वॉरन बफेचा इशारा 'बुल मार्केट'कडे आहे. म्हणजेच जेव्हा शेअर बाजार तेजीच्या चक्रात असतो, तेव्हा अनेक कंपन्यांच्या शेअर्सच्या किमती प्रमाणाबाहेर वाढतात. तरीही उत्साहामुळे आणि सातत्यानं वर जात असलेल्या किमती बघून गुंतवणूकदार आपल्या ताटात वाढून ठेवलेल्या संभाव्य धोक्याकडे डोळेझाक करून नव्यानं शेअर्सची खरेदी करतच राहतात. अर्थातच आपण किती धोका पत्करत आहोत याकडे त्यांचं साफ दुर्लक्ष होतं. याला वॉरन बफे बेपर्वाई म्हणतो. शेअर बाजार हे आपल्याकडची रक्कम वाढवण्याचं सर्वोत्तम साधन आहे, याविषयी त्याच्या मनात अजिबातच शंका नसली, तरीसुद्धा कधी कुठल्या कंपनीच्या शेअर्सची खरेदी किती किंमत देऊन करावी, याला काही मर्यादा असली पाहिजे, असं त्याला वाटतं. सर्वसामान्य गुंतवणूकदार याकडे अधूनमधून दुर्लक्ष करतात आणि आपलं नुकसान करून घेतात. खास करून इतर सगळे गुंतवणूकदार जी कृती करतात, ती कृती आपणसुद्धा केली पाहिजे, असं त्यांना वाटतं. याचं कारण म्हणजे इतर सगळे गुंतवणूकदार खरेदी करत असताना आपण विक्री करण्याचा किंवा तटस्थ राहण्याचा जगावेगळा निर्णय कसा घ्यायचा, हे त्यांना समजत नाही. इतर सगळे गुंतवणूकदार चुकीचं काहीतरी करत आहेत आणि आपण एकटे बरोबर आहोत, हे कसं शक्य आहे असा विचार त्यांच्या मनात येतो. हे अगदी स्वाभाविकच आहे. मानवी मन असंच

असतं. म्हणूनच बफे आपल्याला त्याविषयी सावधगिरी बाळगण्याची इथे सूचना करतो.

जेव्हा शेअर बाजारात कमालीची तेजी येते आणि प्रचंड उत्साहाचं वातावरण पसरतं, तेव्हा आपण सावध राहिलं पाहिजे आणि अत्यंत जबाबदारीनं वागलं पाहिजे, असं बफेचं ठाम मत आहे. त्यानं याचं अनेकदा प्रात्यक्षिकसुद्धा दिलं आहे. सगळीकडे तेजीविषयी बोललं जात असताना आणि शेअर्सच्या किमती काही महिन्यांमध्येच दुप्पट-तिप्पट होत असताना बफेनं अत्यंत सोशिकपणे शेअर बाजारात नव्यानं गुंतवणूक न करण्याचा किंवा काही वेळा तर आपली गुंतवणूक काही अंशी काढून घेण्याचा निर्णय घेतलेला आहे. काही दिवसांसाठी बफे मूर्खासारखा वागत असल्याचं मत अनेकांनी व्यक्त केलेलं असलं, तरी लवकरच बफेनं बेफिकिरीनं न वागता उलट शहाणपणाचा निर्णय घेतला असल्याचं सिद्ध झालं आहे. उरलेल्या बहुसंख्य लोकांची बेपर्वाई अशा प्रसंगांमधून ठळकपणे समोर आली आहे.

या विधानातून बफे सर्वसामान्य गुंतवणूकदारांनाही सावधगिरी बाळगण्याचा आणि विनाकारण अतिउत्साही होऊन आपलं नुकसान करून न घेण्याचा इशारा देतो. इतर सगळे गुंतवणूकदार ठरावीक गोष्ट करत असले, म्हणून आपणही तसंच वागलं पाहिजे असं अजिबातच नाही, हे त्याला इथं सूचित करायचं आहे. उलट सगळ्या गुंतवणूकदारांचा सामूहिक मूर्खपणा आपण आपल्या फायद्यासाठी वापरला पाहिजे, असं त्याला म्हणायचं आहे. अर्थातच याचा अर्थ सततच इतर गुंतवणूकदारांच्या उलटी कृती आपण केली पाहिजे, असं म्हणणं मात्र साफ चुकीचं आहे. म्हणजेच इतर गुंतवणूकदार खरेदी करत असताना आपण नेहमीच विक्री केली पाहिजे असं नाही. यातून सुवर्णमध्य काढला पाहिजे. हे कसं साधायाचं याचं विवेचन बफेनं अनेक वेळा केलेलं आहे आणि त्याचा उल्लेख या पुस्तकात इतरत्रही आहे. त्याचा सारांश, 'गुंतवणुकीच्या विश्वात सगळीकडे वातावरण भयभीत असताना चांगल्या कंपन्या किंवा चांगल्या म्युच्युअल फंड योजना हुडकून त्यात भरघोस गुंतवणूक करून पुढची अनेक वर्षं त्याविषयी विसरून जाणं,' असा आहे!

मंत्र ३६

गोलंदाजाच्या हातातून चेंडू सुटलेला नसताना मी कधीच त्यावर फटका मारण्यासाठीचा पवित्रा घेत नाही.

वॉरन बफे हा अमेरिकी माणूस आहे आणि त्याला क्रिकेटचा गंधही नसावा असं आपण गृहीत धरू शकतो. म्हणूनच त्यानं क्रिकेटविषयी विधान करणं आपल्याला जरासं चक्रावून सोडणारं वाटेल. हे योग्यच आहे; कारण हे मुळात बफेचं विधानच नाही! बफेला बेसबॉल या खेळाची अनेक अमेरिकी लोकांप्रमाणे प्रचंड आवड आहे. त्यानं हे विधान बेसबॉलच्या खेळासंबंधी केलेलं आहे; त्यामधला मथितार्थ न घालवता ते फक्त क्रिकेटच्या खेळासाठी इथं बदलून घेतलेलं आहे. क्रिकेट असो वा बेसबॉल असो; आपल्या दिशेनं येणाऱ्या चेंडूची शेवटपर्यंत वाट बघावी, असं बफे इथं म्हणतो. अर्थातच त्याचा सल्ला इथं गुंतवणूकदारांसाठीचा आहे. आपल्या दिशेनं येत असलेली गुंतवणुकीची सुवर्णसंधी हुडकून, तिची गरज पडेल तितका वेळ वाट बघून गुंतवणूक करण्याचा दृष्टिकोन या उदाहरणातून आपल्याला शिकवतो. गुंतवणुकीच्या विश्वात खेळाप्रमाणेच चुका घडण्याची शक्यता असते. म्हणूनच गुंतवणूकदारांनी खूप सावधगिरी बाळगली पाहिजे, असा याचा अर्थ आहे.

क्रिकेटच्या खेळात अनेकदा गोलंदाज चेंडू टाकण्यासाठी पळत येत असतानाच फलंदाज सरसावून पुढे-मागे किंवा उजवीकडे-डावीकडे जातो आणि फटका मारण्याचा पवित्रा घेतो, हे आपण बघितलं आहे. काही वेळा फलंदाजाला यात यश येतं, तर कित्येकदा तो बादही होतो.

याउलट शेवटपर्यंत चेंडू कसा आहे याचा अंदाज घेणाऱ्या फलंदाजाची बहुतेक वेळा फसगत होत नाही. त्याच धर्तीवर सातत्यानं कशात गुंतवणूक केली पाहिजे, याचा शोध घेत असलेल्या गुंतवणूकदाराचा संयम कधीकधी सुटू शकतो आणि तो चुकीच्या वेळेला चुकीची गुंतवणूक करून बसतो. याउलट अत्यंत शांतपणे आपल्यासमोर योग्य गुंतवणुकीचा पर्याय येईपर्यंत वाट बघण्याचा सोशिकपणा दाखवणाऱ्या गुंतवणूकदाराला बहुधा आपल्या गुंतवणुकीबद्दलचा पश्चात्ताप करावा लागत नाही. याचं कारण म्हणजे, तो सातत्यानं अस्वस्थ राहून कशात गुंतवणूक करायची, या विचारानं पछाडलेला नसतो. उतावीळपणा त्याच्यात अजिबातच आढळत नाही. आपल्या गुंतवणुकीसाठीची योग्य वेळ कधी ना कधी येणार आहे हा दृढ विश्वास मनात बाळगून, तो अशा क्षणाची वाट बघत बसतो. अशी संधी उपलब्ध होताच तो गुंतवणुकीचा जोरदार फटका मारून मोकळा होतो.

इतका दृढ विश्वास, इतकी जाण सर्वसामान्य गुंतवणूकदारांच्या आवाक्यापलीकडची असणं स्वाभाविकच आहे. बफेसारख्या माणसालासुद्धा खूप निश्चयी प्रयत्नांनंतर ती साध्य झालेली आहे. अशा परिस्थितीत बफेच्या या सल्ल्याचा प्रत्यक्षात कसा उपयोग करायचा, हा प्रश्न सोडवणं म्हणूनच भाग आहे. तसंच सर्वसामान्य गुंतवणूकदारानं तर कधीच 'मार्केट टायमिंग' साधण्याचा प्रयत्न करू नये, असं म्हटलं जातं, त्याचं काय? हे सगळे मुद्दे अगदी बरोबर आहेत. यावर उपाय म्हणून गुंतवणूकदाराकडे दोन पर्याय असतात. एक म्हणजे जेव्हा शेअर बाजाराचा 'पीई रेशो' १५ पेक्षा खाली असेल, तेव्हा गुंतवणूक करणं जवळपास कधीच नुकसानदायी ठरत नाही, हे लक्षात घेतलं पाहिजे. हेसुद्धा खूप किचकट वाटलं, तर दुसरा सोपा पर्याय म्हणजे या सगळ्याकडे दुर्लक्ष करून सातत्यानं गुंतवणूक करण्याचा 'सिस्टिमॅटिक इन्व्हेस्टमेंट प्लॅन (एसआयपी)'चा वापर गुंतवणुकीसाठी करणं. या दुसऱ्या पर्यायातून शेअर बाजाराच्या पातळीकडे साफ दुर्लक्ष करून चांगल्या कंपन्यांचे शेअर्स थेट किंवा म्युच्युअल फंडांद्वारा विकत घेत राहणं, गुंतवणूकदाराला शक्य होतं. बफेचं तत्त्वही त्यामुळे गुंतवणूकदाराकडून पाळलं जातं.

मंत्र ३७

खरं म्हणजे मी महाग कपडे विकत घेतो; पण ते मी घातल्यावर अगदी स्वस्तातलेच वाटतात.

अत्यंत कंजूष म्हणून वॉरन बफेचं सातत्यानं वर्णन केलं जातं. वायफळ खर्च करणं बफेला अजिबात पसंत नाही. अर्थात त्याला पैशांचा हव्यासही नाही. बफे स्वतः आपल्या पैशांचा प्रचंड उपभोग घेतो, असंही नाही. हे सगळं विचित्र आणि विरोधाभासी वाटणारं असलं, तरी यामागचं गूढ म्हणजे 'पैशांचा वाढत चाललेला आकडा बघायला मला मजा येते' असं बफे म्हणतो. या अत्यंत मजेशीर वाटणाऱ्या वाक्यामध्ये वॉरन बफेच्या गुंतवणुकीचं सार लपलेलं आहे. त्याच्याच काय; पण त्याच्या इथून पुढच्या सगळ्या पिढ्यांचं कायमस्वरूपी भागेल इतकी कमाई त्यानं करून ठेवली आहे. अर्थातच त्यानं सामाजिक कार्यांना प्रचंड मोठी देणगी दिल्यानंतरची ही परिस्थिती आहे. ५८०० कोटी डॉलर्सची संपत्ती असलेल्या माणसाला कधी काही कमी पडू शकेल का? गंमत म्हणजे इतर नवश्रीमंत लोक नवनव्या गाड्या, झोकदार कपडे, उच्चभ्रूंचं राहणीमान अशा अनेक गोष्टींद्वारा आपल्या संपत्तीचं किळसवाणं प्रदर्शन करत असताना बफे मात्र एखाद्या मध्यमवर्गीय माणसासारखा अत्यंत साधा राहतो.

बफेच्या या विधानात एक संदेश लपलेला आहे. माणसानं कुठलेही कपडे घातले, तरी त्याचं व्यक्तिमत्त्व त्यातून प्रकट होतं आणि कोण कुठले कपडे घालतं यावरून त्याची योग्यता अजिबातच ठरत नाही. या दोन्ही गोष्टी लक्षात घेतल्यानंतर बफेच्या या विधानामागची कारणं

शोधू या. बफे हा गरज नसेल तिथं अजिबात पैसे खर्च करत नाही. तसंच तो अत्यंत साधेपणानं राहतो. यामागची कारणं काय आहेत? आधी म्हटल्याप्रमाणे बफेला पैशांचा आकडा वाढत चाललेला बघून प्रचंड 'थ्रिल' मिळतं. तसंच खर्च न केलेले पैसे गुंतवून त्यांची चक्रवाढ व्याजाच्या संकल्पनेनुसार किती वाढ होऊ शकते, याची त्याला पुरेपूर कल्पना आहे. आपल्या ओमाहा गावात जुन्या फोक्सवॅगन बीटल गाडीतून प्रवास करणारा बफे आपल्या साधेपणासाठी पूर्वीपासूनच प्रसिद्ध होता. त्यानं आपली गाडी बदलायला साफ नकार दिला. अनेक जणांनी त्याला या संदर्भात फारच प्रश्न विचारल्यावर त्यानं एके दिवशी वैतागून याचं उत्तर दिलं. '२०टक्के वार्षिक दरानं वाढून मूळच्या २५,००० डॉलर्सचे २० वर्षांमध्ये तब्बल ९.५८ लाख डॉलर्स होतील, असं गणित माहीत असताना विनाकारण जास्त पैसे आणखी नव्या गाडीमध्ये कशाला ओतायचे?' असा त्याचा प्रश्न होता.

काही लोकांना फक्त वॉरन बफेलाच हे जमणं शक्य आहे असं वाटत असेल, तर त्यांनी भारतामध्ये दोन दशकांचा प्रवास पूर्ण केलेल्या काही म्युच्युअल फंड योजनांची माहिती जरूर घ्यावी. या योजनांनी गुंतवणूकदारांना बफेच्याच दरानं नफा मिळवून दिला आहे. १९९४-९५ सालच्या सुमाराला एखाद्या माणसानं अशा योजनेत १०,००० रुपये गुंतवले असते आणि पुढची दोन दशकं तो शांत बसला असता, तर २०१५ सालच्या सुमाराला या रकमेचे साडेचार ते साडेपाच लाख रुपये झाले असते! म्हणजेच बफेला जे साध्य झालं ते कुणालाही जमू शकतं; तेही आपलं डोकं अजिबात न वापरता!

म्हणूनच बफेच्या या विधानाचा खरा अर्थ आपण आपल्या आर्थिक सवयींच्या दृष्टिकोनामध्ये बदल करण्याच्या हेतूनं लावला पाहिजे. आपण कुठले कपडे घालतो, कुठली गाडी वापरतो अशा दुय्यम गोष्टींना प्रमाणाबाहेर महत्त्व न देता शक्य तितकी रक्कम दीर्घ मुदतीसाठी गुंतवावी आणि त्याकडे वारंवार बघू नये. यासाठी अर्थातच वायफळ खर्च कमी करून वाचलेली रक्कम गुंतवणं गरजेचं आहे.

मंत्र ३८

आपल्याकडच्या कुठल्याही शेअरला आपण त्याचे मालक आहोत हे माहीत नसतं.

वॉरन बफेचं हे विधान अत्यंत मजेशीर आहे. त्याचा अर्थ नुसता या विधानामधल्या शब्दांवरून समजणार नाही. यासाठी आपल्याला आपल्या मालकीच्या असलेल्या किंवा आपल्याशी भावनिकदृष्ट्या जोडल्या गेलेल्या प्रत्येक गोष्टीसंबंधीच्या आपल्या दृष्टिकोनाचा विचार केला पाहिजे. आपले नातेवाईक आणि मित्र, आपल्या घरातल्या वस्तू, आपल्याकडे असलेले पाळीव प्राणी, आपण वापरत असलेल्या गोष्टी या सगळ्यांशी आपलं भावनिक नातं असतं. ते समजण्यासारखंही आहे. खास करून जिथं मानवी किंवा एकूणच सजीवांशी संबंधित असलेल्या गोष्टी येतात, तिथं आपण मनानं बांधले जाणं स्वाभाविक आहे. म्हणूनच आपल्याला जवळ असलेलं कुणी बराच काळ परगावी चाललं, की आपल्याला बेचैन व्हायला होतं. इतकंच नव्हे, तर घरासारख्या भौतिक गोष्टीशीसुद्धा आपण जोडलेले असतो. साहजिकच घर बदलायची वेळ आली, की आपण अस्वस्थ होतो. काही जणांचं आपल्या वाहनाशी भावनिक नातं जुळतं. अशा अनेक गोष्टी सांगता येतील.

गुंतवणुकीच्या संदर्भात काय घडतं? तिथंही आपल्या आवडीच्या अशा काही योजना असतात आणि काही योजनांना मात्र आपण दूरच ठेवतो. आपल्याला गुंतवणुकीचे जे पर्याय आवडतात, त्या पर्यायांशीसुद्धा आपण एकप्रकारे भावनिकदृष्ट्या जोडले जातो. खास करून आपण दीर्घ मुदतीसाठी ही गुंतवणूक केलेली असेल, तर आपण या गुंतवणुकीला

जवळपास जिवंतच समजायला लागतो. म्हणजेच जसं आपण आपल्या आई-वडिलांना, पती/पत्नीला, भावंडांना किंवा मुलांना काहीही झालं तरी दूर करण्याची कल्पना सहन करू शकत नाही, तसंच आपल्या आवडत्या गुंतवणुकीलाही लांब सारण्याची कल्पना आपल्याला पचत नाही. म्हणूनच अशी गुंतवणूक विकून टाकण्याचा विचारसुद्धा आपल्याला मानवत नाही. ही गुंतवणूक फारशी नफादायक नाही किंवा कदाचित याहून जास्त म्हणजे नुकसानकारक ठरत असेल, तरीसुद्धा आपल्या भावनिक गुंतवणुकीपायी आपण तिला चिकटून राहायचं ठरवतो. कित्येकदा हे आपल्या नकळत घडतं.

बफे या विधानातून आपल्याला गुंतवणुकीशी संबंधित असलेल्या रुक्षपणाची मुद्दामच जाणीव करून देतो. गुंतवणुकीचा कुठलाही पर्याय आपण अत्यंत थंड डोक्यानं आणि मानसिकतेला अजिबात थारा न देताच विचारात घेतला पाहिजे. जो पर्याय आपल्यासाठी जास्त नफादायी ठरत नसेल, अशा पर्यायामध्ये मानसिकरीत्या गुंतून राहण्यानं आपलं अजिबातच भलं होत नाही. अशा वेळी आपण तरीही ही गुंतवणूक का कायम ठेवत आहोत, हा प्रश्न स्वतःला विचारला पाहिजे. याचं प्रामाणिक उत्तर जर 'निव्वळ भावनेपोटी' असं असेल, तर आपण मनावर दगड ठेवून ही गुंतवणूक काढून टाकली पाहिजे. कुठल्याही शेअरला, म्युच्युअल फंडाला किंवा इतर गुंतवणूक योजनेला आपला मालक कोण आहे, हे माहीत नसतं. ते माहीत असण्याचा प्रश्नच नसतो; कारण त्यांचं जग निर्जीव असतं. साहजिकच गुंतवणुकीच्या कुठल्याही पर्यायामधून आपण बाहेर पडलो, तरी त्या पर्यायाला 'वाईट वाटण्याचं' काहीच कारण नसतं! वाईट हे विनाकारण आपल्यालाच वाटत असतं. हे लक्षात ठेवून विनाकारण अशा पर्यायांमध्ये अडकून बसण्यात आणि आपलं नुकसान करून घेण्यात कसलाच मतलब नसतो. अशा वेळी सरळ इतर पर्यायांमध्ये आपली गुंतवणूक वळवण्याचा सुज्ञ निर्णय घेणं गरजेचं असतं. म्हणूनच गुंतवणुकीच्या जगात हृदयापेक्षा मनाला जास्त महत्त्व दिलं पाहिजे, असं अनेक जण म्हणतात. बफेही इथं आपल्याला हेच सत्य थेट शब्दांमध्ये न मांडता शैलीदार पद्धतीनं सांगतो.

मंत्र ३९

अज्ञानाला कर्जाची साथ मिळाली तर त्याचे परिणाम सनसनाटी ठरू शकतात.

माणसानं कर्ज काढून कधीही सण साजरा करू नये असं आपल्याकडे म्हटलं जातं. म्हणजेच आपली ऐपत असेल त्याप्रमाणेच माणसानं वागावं असा सल्ला दिला जातो. त्याच्या जोडीला 'अंथरूण पाहून पाय पसरावेत' ही म्हणही प्रसिद्ध आहे. अर्थातच प्रत्येक माणसानं आपल्या आर्थिक कुवतीनुसार खर्च करावा आणि शक्य तितक्या काटकसरीनं राहावं, असं आपल्या आधीच्या पिढीतल्या लोकांनी वारंवार सांगितलं आहे. अलीकडच्या काळात मात्र चित्र साफ बदललं आहे. आजची मजा आज करावी आणि उद्याचा विचार उद्या करावा, असं तत्त्व पाश्चिमात्य देशांकडून आपणही आयात केलेलं असल्यामुळे बचत, काटकसर, वायफळ खर्चांना फाटा या गोष्टी कालबाह्य होत चालल्या आहेत, असं दिसून येतं. या पार्श्वभूमीवर वॉरन बफेचं हे विधान अत्यंत सूचक आहे. त्याचा मथितार्थ जरा जास्त व्यापक असल्यामुळे वर उल्लेख केलेल्या मुद्द्यांशिवाय इतरही मुद्द्यांच्या संदर्भात आपण त्याच्याकडे बघू शकतो.

गुंतवणुकीच्या विश्वात झटपट कमाई करण्याचा अनेक जणांना मोह होतो. अशा लोकांना जाळ्यात पकडण्यासाठी अनेक जण तयारच असतात. दुर्दैवानं अशा प्रकरणांवर नियंत्रण आणणं जवळपास अशक्य होतं. त्यासंबंधीच्या नियमांना वाकवून, त्यातून पळवाटा शोधून फसवणूक सुरूच राहते. याचं सगळ्यात ठळक उदाहरण म्हणजे शेअर बाजारात 'ट्रेडिंग' करण्यासाठी बँकांपासून शेअर दलालांपर्यंत अनेक जण गुंतवणूक-

दारांना कर्ज उपलब्ध करून देतात. अशा कर्जांना ढोबळपणानं 'मार्जिन मनी' असं म्हणतात. अशा प्रकारे उधार घेतलेले हे पैसे अनेक लोक शेअर बाजारात गुंतवतात. खरं म्हणजे इथं 'गुंतवतात' ऐवजी आपण 'लावतात' असंच म्हटलं पाहिजे. कारण इथं गुंतवणुकीचा तसा प्रश्नच नसतो; तर झटपट नफेखोरीच्या हावेपोटी ही रक्कम वापरली जाते. कुणाचे पैसे किती दिवसांमध्ये दुप्पट-तिप्पट झाले, कुणी दरमहा २०टक्के व्याजाइतका नफा कसा कमावतं आहे, अशी अनेक दिशाभूल करणारी उदाहरणं दिली जातात आणि निष्पाप लोकांना या जाळ्यात ओढलं जातं. शेअर बाजारात गुंतवण्यासाठी आपण १५टक्के व्याजदरानं कर्ज घेतलं, तरीसुद्धा ते कर्ज फेडून वर आपण भरघोस कमाई करू शकू, असा बिनकामाचा आत्मविश्वास यामुळे संबंधित माणसामध्ये येतो. तो आंधळेपणानं कुणाच्या तरी सांगण्यावरून किंवा सल्ल्यानुसार पैसे गुंतवतो. कधीकधी सुरुवातीला यातून खरंच नफा हाती लागतोही. यामुळे त्या माणसाचं आणखी नुकसानच होतं. कारण फसव्या योजनेवरचा त्याचा विश्वास दृढ विश्वासात बदलतो आणि आपण सहजपणे शेअर बाजारात यश मिळवू शकतो, असा आत्मविश्वासही त्याच्यात संचारतो. यामुळे तो आपली गुंतवणूक वाढवतो आणि त्यासाठी गरज असेल, तर अजून कर्ज घेतो. शेवटी एके दिवशी हा फुगा फुटतो आणि त्याला याची जबरी किंमत मोजावी लागते. अनेक माणसांची कुटुंबंच्या कुटुंबं उद्ध्वस्त होतात आणि काही जण तर आत्महत्या करतात! अशा बातम्या आपण अधूनमधून वाचत असतो.

साहजिकच गुंतवणुकीच्या संदर्भातलं अज्ञान ही तर एक मोठी कमतरता आहेच; पण त्याच्या जोडीला गुंतवणुकीसाठीची रक्कम कर्ज घेऊन उभी केलेली असेल, तर हा धोका कैक पटींनी वाढतो. सर्वसामान्य माणसाला देशोधडीला लावणाऱ्या या मिश्रणापासून अत्यंत सावध राहिलं पाहिजे. कुठलीही गुंतवणूक आपल्याला ठाम माहिती असल्याशिवाय करू नये आणि कर्ज काढून तर ती अजिबातच करू नये, असं बफे इथं आपल्याला सुचवतो.

मंत्र ४०

सात दुर्गुणांमध्ये मत्सर सगळयात मोठा दुर्गुण असतो; कारण तो आपल्यामध्ये असला तर आपण कायमच असमाधानी असतो.

गुंतवणुकीपलीकडच्या इतर अनेक विषयांवरचं वॉरन बफेचं भाष्यही अगदी बोलकं असतं, याचं ठळक उदाहरण म्हणून आपण त्याच्या या विधानाकडे बघू शकतो. अर्थातच गुंतवणुकीशी बफेचं इतकं घट्ट नातं आहे, की त्यानं सहजपणे केलेलं कुठलंही भाष्य गुंतवणुकीच्या संदर्भातसुद्धा अगदी चपखलपणे लागू पडतं, हा भाग त्यात ओघानं आलाच. बफेनं गुंतवणूक कशी, कधी आणि किती करावी याविषयी सर्वसामान्य माणसांना आपल्या बहारदार शैलीत अनेकदा मार्गदर्शन केलेलंच आहे. इथं बफे गुंतवणूक कशी करावी याविषयी बोलत नसून, ज्या लोकांना गुंतवणूक करायची आहे किंवा जे त्यातून चांगली कमाई करून यशस्वी ठरलेले आहेत, त्यांनी आपली मानसिकता कशी ठेवावी, याविषयी बोलतो आहे. अर्थातच सगळ्या संस्कृतींमध्ये अशा प्रकारचं विधान आलेलंच आहे. भारतामध्येही अनेक धर्मग्रंथांमध्ये, तसंच संतवाङ्मयामध्येसुद्धा याचे उल्लेख सापडतात. माणसानं लोभ, मद, मोह, मत्सर या दुर्गुणांपासून लांब राहण्याविषयीचं विवेचन आपल्याला आढळतं. म्हणूनच वॉरन बफे इथं आपल्याला काही जगावेगळं सांगत नाही. बफेनं आपल्याला दुर्गुणांविषयी सांगण्याचं महत्त्व आणि त्यातही विशेष करून मत्सराविषयी त्यानं इतकं ठाम मत व्यक्त करणं मात्र गुंतवणूकदारांच्या दृष्टीनं मोलाचं आहे.

काही मोजके लोक गुंतवणुकीच्या विश्वात यश मिळवतात. असं

असूनही ते असमाधानीच असतात. यामागची दोन प्रमुख कारणं म्हणजे त्यांच्यातली न संपणारी हाव आणि त्यांच्यात असलेला मत्सर, ही असतात. म्हणजेच कितीही नफा कमावला तरी त्याहून आणखी जास्त नफा कमावण्यासाठी ते आसुसलेले असतात आणि शिवाय आपली आर्थिक परिस्थिती ते इतरांच्या आर्थिक परिस्थितीशी तोलून बघतात. यामुळे त्यांच्याकडे लौकिक अर्थानं समृद्धी आलेली असूनसुद्धा मानसिकरीत्या ते असमाधानीच असतात. आपल्याकडे इतरांच्या तुलनेत जास्त पैसे असले पाहिजेत किंवा आपल्याला त्यांच्याहून जास्त यश मिळवता आलं पाहिजे, या मत्सरी भावापोटी ते आपल्या चांगल्या परिस्थितीचा नीटसा आनंदही उपभोगू शकत नाहीत. म्हणून बफे मत्सराच्या दुर्गुणाकडे सगळ्याच संभाव्य गुंतवणूकदारांचं लक्ष वेधतो. प्रत्येकामध्ये काही अंशी मत्सर असतोच; पण तो आटोक्यात ठेवणं किंवा संपवून टाकणं यासाठीची धडपड करणं महत्त्वाचं आहे, असं बफे आपल्याला सांगतो. अन्यथा गुंतवणुकीमध्ये भरघोस यश मिळालं, तरी आपली मानसिक स्थिती नेहमीच दोलायमान राहील आणि आपण कधीच समाधानी राहू शकणार नाही, हे त्याला इथं सांगायचं आहे. सतत आपण आपली तुलना इतरांशी केली, तर दुसरं काही घडूच शकणार नाही, हे उघड आहे.

बफेनं अनेक गुंतवणूकदारांना जवळून बघितलं आहे. तो स्वतः इतका यशस्वी गुंतवणूकदार असल्यामुळे आपल्या मनात अनेक वर्षांच्या अनुभवांमधून काय घडामोडी घडत गेल्या, याचीही त्याला पुरेपूर जाणीव आहे. साहजिकच आपल्या हातून घडलेल्या मानसिक चुका, तसंच इतरांच्या वागण्या-बोलण्यातून आढळून येत असलेल्या चुका यांचं सार काढल्यावर इतर सगळे दुर्गुण परवडले; पण मत्सर नको, असं त्याचं स्पष्ट मत झालं आहे. अर्थातच मानवी स्वभावाला औषध नसल्यामुळे, प्रत्येकानं मनाची शिस्त घालून घेण्यावरच हे अवलंबून आहे. म्हणूनच सतत अस्वस्थ मनःस्थितीत राहायचं नसेल आणि गुंतवणुकीत यश मिळवूनसुद्धा अपयशी मनोवृत्ती बाळगायची नसेल, तर बफेचा हा सल्ला मानणं प्रत्येक गुंतवणूकदारासाठी अगदी सुरुवातीपासून गरजेचंच आहे!

पाचवा विभाग

अनुभवाचे बोल

मंत्र ४१

वेगानं वाढणारा, पण त्यासाठी खूप भांडवलाची गरज असणारा व्यवसाय आणि वेगानं वाढणारा, पण त्यासाठी जास्तीचं भांडवल न लागणारा व्यवसाय, यांच्यात खूप मोठा फरक आहे.

भांडवलाशिवाय कुठलाच उद्योग उभा राहू शकत नाही. बहुतेक उद्योजक मंडळी स्वतःच्या पदरचे थोडे पैसे ओतून सुरुवातीचं भांडवल उभं करतात आणि त्यानंतर बँका किंवा इतर नातेवाईक, मित्र, गुंतवणूकदार यांच्याकडून पैसे कर्जाऊ घेऊन आपल्या उद्योगाचा विस्तार करतात. उद्योगाचा व्याप वाढला, की त्याबरोबर जास्तीचं भांडवलही लागतं. कारण उद्योग चालवायचा म्हणजे अनेक खर्च आले. यात जमीन, यंत्रसामग्री, कच्चा माल, फर्निचर, कर्मचाऱ्यांचे पगार, वीज, पाणी, सुरक्षा व्यवस्था, मार्केटिंग, जाहिराती अशांसारख्या असंख्य गोष्टींचा समावेश होतो. आपण उधार घेतलेल्या पैशांच्या डोलाऱ्यावर आपला उद्योग उभा आहे याची जाणीव असल्यामुळे आपले सगळे खर्च वजा जाता आपल्याला नफा होईल यासाठी उद्योजकाची सतत धडपड सुरू असते. स्वाभाविकपणे जसजसा उद्योगाचा विस्तार वाढायला लागतो, तसतसं उद्योजकाला बाजारपेठेकडून आपल्या वस्तूंसाठी होत असलेली वाढती मागणी पूर्ण करण्यासाठी नवी यंत्रसामग्री, नव्या सुविधा, नवे कर्मचारी अशा वाढीव गोष्टींची तरतूद करावी लागते. म्हणजेच त्याला नव्यानं भांडवल गोळा करावं लागतं. यासाठी पुन्हा स्वतःचे पैसे उद्योगात ओतणं आलं, कर्ज घेणं आलं, नवे गुंतवणूकदार शोधणं आलं

किंवा आपल्या उद्योगाचे हिस्से करून त्याची मालकी म्हणजेच शेअर्स भांडवलाच्या मोबदल्यात इतरांना देणं आलं.

भांडवल नसेल तर उद्योग उभा राहू शकणार नाही आणि वाढू शकणार नाही. वॉरन बफे याच्या पलीकडे जाऊन सातत्यानं नव्या भांडवलाची गरज भासणारे आणि ती न भासणारे उद्योग यांच्यामध्ये फरक करतो. ज्या उद्योगांना आपल्या विस्तारासाठी सतत भांडवल लागतं, अशा उद्योगांच्या शेअरधारकांना म्हणावा तसा नफा मिळत नाही. याचं कारण म्हणजे, उद्योगाच्या विस्तारासाठी संबंधित उद्योजकाला किंवा व्यवस्थापनाला एक तर कर्जं घ्यावी लागतात किंवा शेअर्स विकावे लागतात. कर्ज घेतलं, तर त्याचं व्याज चुकवावं लागतं किंवा बाँड्स विकून बाँड्सचं व्याज द्यावं लागतं. शिवाय कर्जाचं मूळ मुद्दलही परत करावं लागतं. नव्यानं शेअर्स विकले, तर आधीच्या गुंतवणूकदारांचा उद्योगामधला म्हणजेच संबंधित कंपनीच्या मालकीमधला हिस्सा आटतो. उदाहरणार्थ, समजा एका कंपनीचे सध्या १०० शेअर्स आहेत आणि ते १० गुंतवणूकदारांमध्ये प्रत्येकी १० शेअर्स असे विभागले गेले आहेत. म्हणजेच मूळच्या १० गुंतवणूकदारांचा प्रत्येकी १० टक्के हिस्सा कंपनीच्या भांडवलात आहे (कारण १०० × १० ÷ १०० = १०टक्के). आता कंपनीला नव्यानं भांडवलाची गरज भासल्यामुळे समजा कंपनीनं आणखी १०० नवे शेअर्स नव्या १० गुंतवणूकदारांना प्रत्येकी १० असे विकले. म्हणजेच आता एकूण शेअर्स २०० झाले. आता मूळच्या १० गुंतवणूकदारांचा कंपनीच्या भांडवलात प्रत्येकी ५ टक्के इतकाच हिस्सा राहिला (कारण १००× १० ÷ २०० = ५ टक्के). म्हणजेच जास्तीचे १०० शेअर्स कंपनीनं विकल्यामुळे मूळ गुंतवणूकदारांचा हिस्सा निम्म्यावर आला.

काही क्षेत्रांमध्ये कंपन्यांना विस्तारासाठी नेहमीच भांडवल ओतावं लागतं, तर काही क्षेत्रांमध्ये त्या मानानं नव्या भांडवलाची गरज फारशी नसते. वरच्या उदाहरणावरून ज्या कंपन्यांना सातत्यानं नव्या भांडवलाची गरज नसते, अशा कंपन्यांमध्ये गुंतवणूक करणं केव्हाही जास्त फायदेशीर ठरतं. अर्थातच इथं भांडवलाची गरज पडणाऱ्या आणि ती न पडणाऱ्या अशा दोन्ही प्रकारच्या कंपन्यांचा नफा साधारणपणे एकसारख्याच वेगानं वाढत चालला आहे, असं गृहीत धरलेलं आहे.

मंत्र ४२

अवघड प्रकारच्या व्यवसायामध्ये एक प्रश्न सोडवला की व्यवस्थापनाला लगेचच दुसऱ्या नव्या प्रश्नाकडे वळावं लागतं- आपल्या स्वयंपाकघरामध्येसुद्धा झुरळं येतात तेव्हा ती झुंडीनंच येतात; एकच झुरळ सापडलं आणि प्रश्न मिटला, असं होत नाही.

वॉरन बफेच्या अतिसावधपणाची कधीकधी चेष्टा केली जाते; पण शेवटी तोच शहाणा ठरतो, असा अनुभव अनेकदा आलेला आहे. उद्योगजगत, अर्थकारण, शेअर बाजार या सगळ्या गोष्टींच्या संदर्भात बफे कधीच अतिउत्साहीपणे सहभागी होत नाही. तो नेहमीच गुंतवणूक करताना असंख्य गोष्टींचा विचार करतो आणि आपली सुरक्षितता हा सगळ्यात महत्त्वाचा निकष मानतो. त्यानंतर गुंतवणूक करूनसुद्धा त्याच्यासारख्या माणसाला काही वेळा गुंतवणुकीच्या संदर्भात जोरदार नुकसान सोसावं लागलं आहे; त्यापुढे आपल्यासारख्यांची काय कथा? म्हणूनच निदान बफेच्या अनुभवी बोलांकडे तरी प्रत्येक गुंतवणूकदारानं गंभीरपणे बघितलं पाहिजे. शिवाय आपल्याला सहजपणे पटणारी उदाहरणं देत बफे आपला मुद्दा अत्यंत मजेशीर रीतीनं कसा अधोरेखित करतो, यातली मजाही त्यानं घेतली पाहिजे. बफेचं हे विधान त्याच प्रकारचं आहे.

काही कंपन्या या असंख्य कारणांमुळे अडचणीत सापडतात. काही वेळा ज्या क्षेत्रामध्ये त्या असतात, त्या क्षेत्रामध्येच काही मूलभूत अडचणी असतात. कधीकधी कंपनीचं उत्पादन आणि ग्राहकांची मागणी

यांच्यामध्ये ताळमेळ नसतो. काही कंपन्यांना सरकारी किंवा इतर नियमांच्या अडचणींना तोंड द्यावं लागतं. करांच्या बाबतीत किंवा आर्थिक घोटाळ्यांसंबंधीच्या प्रश्नांमुळे काही कंपन्यांविषयी शंका निर्माण होतात. कामगार प्रश्न, कच्च्या मालाची अनुपलब्धता, तांत्रिक कौशल्याचा अभाव, व्यवस्थापनाची फळी भरभक्कम नसणं, कायदेशीर बाबींमध्ये अडकणं, प्रतिस्पर्ध्यांच्या वेगापुढे टिकू न शकणं, या आणि अशा इतरही असंख्य समस्यांचा कंपन्यांना सामना करावा लागतो. काही प्रश्न दीर्घकालीन असतात, तर काही प्रश्न तात्कालिक असतात. काहींची उत्तरं सहजपणे मिळतात, तर काहींच्या उत्तरांसाठी बराच काळ झगडावं लागतं. काही प्रश्न तर सुटण्यापलीकडचे असतात. कुठलाच व्यवसाय कायम अगदी सहजपणे चालू शकत नाही. त्यात अडचणी सातत्यानं येतातच. या अडचणी किती गंभीर स्वरूपाच्या आहेत आणि त्या किती वेळा येतात, हा मुख्य मुद्दा आहे.

गुंतवणूकदारांनी कुठल्या कंपन्यांचे शेअर्स विकत घ्यायचे हे ठरवताना, संबंधित कंपन्यांसमोरच्या अडचणींचाही विचार केला पाहिजे, असं बफे इथं आपल्याला सुचवतो. ज्या कंपन्यांना एकापाठोपाठ एक अशा सततच्या अडचणी भंडावून सोडतात, अशा कंपन्यांमध्ये गुंतवणूक करणं टाळलं पाहिजे, असं तो म्हणतो. याचं उघड कारण म्हणजे अशा कंपन्यांना स्थैर्य लाभत नाही. साहजिकच अशा कंपन्यांमध्ये गुंतवणूक केलेल्या शेअरधारकांमध्ये अस्वस्थता निर्माण होते. ते आपल्याकडचे शेअर्स विकायला काढतात आणि कंपनीच्या शेअरची किंमत घसरते. त्यानंतर ही अडचण दूर झाली असं लक्षात आलं, की पुन्हा शेअरधारकांची शेअर्सच्या खरेदीसाठी झुंबड माजते आणि शेअरची किंमत वर जाते; त्याबरोबर नवी अडचण डोकं वर काढते आणि पुन्हा आधीच्या घटनाक्रमाची पुनरावृत्ती होते. या अस्थिरपणामुळे कंपनीचं भवितव्य नक्की कसं आहे, हे कुणालाच समजत नाही. गुंतवणूकदारांना खूश ठेवण्यासाठी कित्येकदा अशा कंपन्यांच्या आर्थिक अहवालांमध्ये जाणूनबुजून फेरफार केले जातात. कंपनीची परिस्थिती बिकट नाही असं भासवण्यासाठीची धडपड सुरू होते. 'या सगळ्या चक्रात आपण विनाकारण कशासाठी अडकायचं,' असा बफेचा अगदी रास्त सवाल आहे. इतर अनेक कंपन्यांचे शेअर्स खरेदीसाठी उपलब्ध असताना आणि या कंपन्या

सततच्या अडचणींच्या या चक्रामध्ये सापडत नसताना, त्यांच्याकडे दुर्लक्ष करण्याचं काहीच कारण नाही, असं बफेला वाटतं. काही गुंतवणूकदार अडचणीत सापडलेल्या कंपनीचे शेअर्स स्वस्तात उपलब्ध आहेत अशा समजापोटी त्यांची खरेदी करतात आणि लवकरच पस्तावतात. आपल्या घरी झुरळं येतात तेव्हा नेहमी समूहानं येतात आणि नव्यानं झुरळांची पैदासही करतात हे लक्षात ठेवावं, असं बफे म्हणूनच आपल्याला इथं सांगतो.

मंत्र ४३

नित्यनेमानं 'इंडेक्स फंड' प्रकारच्या म्युच्युअल फंड योजनेत गुंतवणूक करून गुंतवणुकीच्या संदर्भातली कसलीच माहिती नसलेला सर्वसामान्य माणूस 'गुंतवणूक तज्ज्ञ' म्हणवणाऱ्यांपेक्षा जास्त नफा कमावू शकतो.

म्युच्युअल फंडांच्या अनेक वेगवेगळ्या प्रकारच्या योजना असतात. त्यामधल्या एका योजनेला 'इंडेक्स फंड' असं म्हणतात. यात ठरावीक प्रकारच्या निर्देशांकानुसार गुंतवणूक व्यवस्थापक त्याच्याकडे जमा होत असलेली रक्कम गुंतवत राहतो. याचा सारांश म्हणजे- कुठलं क्षेत्र किंवा कुठल्या कंपन्या इथून पुढे यश कमावणार आणि म्हणूनच संबंधित कंपन्यांच्या शेअर्सच्या किमती वर जाणार याचा अजिबात विचार न करता, या योजना कुठल्या तरी लोकप्रिय शेअर बाजार निर्देशांकाच्या रचनेनुसार गुंतवणूक करतात. उदाहरणार्थ, भारताच्या संदर्भात बोलायचं, तर 'सेन्सेक्स' किंवा 'निफ्टी' या दोन मोठ्या निर्देशांकांनुसार या योजना चालवणारे लोक इतर कुठलाही विचार न करता पैसे गुंतवतात. म्हणजेच समजा आपण सेन्सेक्सचा विचार केला, तर सेन्सेक्समध्ये ज्या कंपन्यांचे शेअर्स ज्या प्रमाणात असतील, त्याच प्रमाणात ही फंड योजना चालवणारा फंड व्यवस्थापक गुंतवणूक करेल.

उदाहरणार्थ, समजा सेन्सेक्सचा ४ टक्के हिस्सा आयटीसी कंपनीचा, ३.५ टक्के हिस्सा टीसीएस कंपनीचा, आणखी ३.५ टक्के हिस्सा लार्सन अँड टुब्रो कंपनीचा, असं करत करत १०० टक्के हिस्सा भरला

तर त्याच प्रमाणात इंडेक्स फंड योजना चालवणारा फंड व्यवस्थापक आपल्याकडे गुंतवणूकदार गुंतवत असलेले पैसे गुंतवेल. म्हणजेच तोही आपल्याकडे जमलेल्या दर १०० रुपयांमधले ४ रुपये आयटीसीचे शेअर्स विकत घेण्यासाठी, प्रत्येकी ३.५० रुपये टीसीएस आणि एल अँड टी कंपन्यांचे शेअर्स विकत घेण्यासाठी वगैरे वापरेल. अशा प्रकारे फंड व्यवस्थापकाला कुठल्या कंपन्यांचे शेअर्स वर जातील याचा विचार करायला नको. तो चक्क आंधळेपणानं सेन्सेक्स, निफ्टी, डाऊ जोन्स अशा निर्देशांकामधल्या प्रमाणानुसार संबंधित कंपन्यांच्या शेअर्सची खरेदी-विक्री करू शकतो.

साहजिकच फंड व्यवस्थापकाला स्वतःची बुद्धी वापरून फार काही करावं लागत नाही. म्हणून अशा गुंतवणूक योजनेला 'पॅसिव्ह फंड' असं म्हणतात. म्हणूनच अशा गुंतवणूक योजनांमध्ये गुंतवणूकदारांकडून वसूल केल्या जाणाऱ्या फीचं प्रमाणही कमी असतं; कारण फंड व्यवस्थापकाला फारसं कामच नसतं! याउलट 'ॲक्टिव्ह फंड' योजनांमध्ये मात्र कुठल्या शेअर्सची खरेदी-विक्री कधी आणि किती प्रमाणात करावी याचा निर्णय फंड व्यवस्थापकानं स्वतःच्या तर्कबुद्धीनुसार घ्यायचा असतो. म्हणूनच अशा योजनांच्या बाबतीत गुंतवणूकदारांकडून जास्त फी वसूल केली जाते.

अर्थात भारतात अजून तरी इंडेक्स फंडांपेक्षा 'ॲक्टिव्ह' फंडांना खूप जास्त यश मिळत असल्याचं दिसून येतं. म्हणजेच निफ्टी किंवा सेन्सेक्स अशा निर्देशांकांमधल्या शेअर्समधल्या तंतोतंत गुंतवणुकीपेक्षा गुंतवणूक व्यवस्थापक स्वतःच्या अभ्यासानुसार आणि अंदाजांनुसार कुठल्या शेअर्समध्ये आपल्याकडे गुंतवणूकदारांची जमा होत असलेली रक्कम गुंतवायची, याचा निर्णय घेतो. साहजिकच वॉरन बफेच्या या विधानामध्ये थोडासा बदल करून आपण 'इंडेक्स फंड' ऐवजी 'ॲक्टिव्ह फंड' असं गृहीत धरलं तरी चालण्यासारखं आहे. मुख्य मुद्दा तो नाही. महत्त्वाची गोष्ट म्हणजे अगदी सर्वसामान्य माणसालाही गुंतवणुकीच्या विश्वात भरघोस यश मिळवण्याची कायमच मोठी संधी असते. शक्य तितक्या दीर्घ मुदतीसाठीची गुंतवण्यायोग्य रक्कम गुंतवणूकदारानं सातत्यानं एक किंवा जास्तीत जास्त दोन चांगल्या म्युच्युअल फंड योजनांत गुंतवली आणि ही गुंतवणूक टिकवून धरली, तर भल्याभल्या 'तज्ज्ञ

गुंतवणूकदार' मंडळीपेक्षाही जास्त यश त्याला मिळू शकतं, हा विश्वास बफेला इथे सगळ्यांना द्यायचा आहे. आजवरच्या अनुभवातून बफेचं हे म्हणणं खरं ठरल्याचंही दिसून आलं आहे.

मंत्र ४४

बर्कशायर हॅथवे या कंपनीचं कामकाज चालवताना आपल्याकडे भरपूर रोख रक्कम असली पाहिजे, अशी शपथच मी घेतली आहे. जास्त नफा कमावण्याच्या संधीपोटी मी माझ्या एका रात्रीचीही झोप घालवणार नाही.

वॉरन बफेनं काही दशकांपूर्वी 'बर्कशायर हॅथवे' नावाची वस्त्रोद्योग कंपनी विकत घेतली. या कंपनीला तसं फार यश लाभलं नाही. साहजिकच तिचा व्यवसाय बफेला गुंडाळून टाकावा लागला. आपल्या गुंतवणुकीच्या व्यवसायासाठी मात्र बफेनं या कंपनीचा वापर केला. आपली इतर सगळ्या कंपन्यांच्या शेअर्समधली गुंतवणूक त्यानं या बर्कशायर हॅथवे कंपनीच्या आधिपत्याखाली आणली. म्हणजेच मूळ वस्त्रोद्योग बाजूला राहिला आणि ही कंपनी बफेच्या गुंतवणुकीचं जणू वाहनच बनली. बफेनं बर्कशायर हॅथवे या आपल्या आता गुंतवणुकीसाठीच्या कंपनीचे शेअर्स विकायला काढले. म्हणजेच एखाद्या गुंतवणूकदारानं बर्कशायर हॅथवे कंपनीचे शेअर्स विकत घेतले, की त्याच्याकडे बफेनं बर्कशायर हॅथवेच्या नावावर विकत घेतलेल्या शेअर्सचा हिस्सा आपोआपच; पण अप्रत्यक्षपणे यायला लागला. जसं एखाद्या गुंतवणूकदारानं म्युच्युअल फंड योजनेमध्ये गुंतवणूक केल्यानंतर या म्युच्युअल फंड योजनेनं ज्या शेअर्समध्ये गुंतवणूक केली असेल तशी गुंतवणूक आपोआपच या गुंतवणूकदाराचीही होते; तसंच. यामुळे आता जसजशी बफेकडच्या निरनिराळ्या कंपन्यांच्या शेअर्सची किंमत वाढत जायची, तसतशी

बर्कशायर हॅथवेच्या शेअर्सची किंमत त्याच प्रमाणात वाढत जायची.

बफेकडे गुंतवणुकीसाठी उपलब्ध असलेला निधी सतत वाढत जायचा. याचं कारण म्हणजे नवनवे गुंतवणूकदार सातत्यानं त्याच्या बर्कशायर हॅथवे कंपनीचे शेअर्स विकत घेत राहायचे. गुंतवणूकदारांकडून येत राहिलेली ही नवी रक्कम कुठे गुंतवायची, हा महत्त्वाचा निर्णय बफेला घ्यावा लागे. अर्थातच तो त्याच्याकडे आधीपासून असलेल्या कंपन्यांचे आणखी शेअर्स घेत राही; तसंच त्याच्याकडे ज्या कंपन्यांचे शेअर्स नसत, त्यांचेही शेअर्स विकत घेई. त्याचा नेहमीचा सावध दृष्टिकोन आणि अभ्यास यांच्यामधून तावूनसुलाखून ज्या कंपन्या गुंतवणूकयोग्य ठरतील, त्यांचाच बफे विचार करे, हे वेगळं सांगायलाच नको.

इथं बफेचा दृष्टिकोन मात्र जरासा वेगळा आहे. गुंतवणुकीमध्ये यश मिळवण्यासाठी गुंतवणूकदारांनी चांगल्या कंपन्यांचे शेअर्स किंवा चांगल्या म्युच्युअल फंड योजना यांची खरेदी करून शक्य तितका काळ आपल्याकडे ठेवली पाहिजे, हे बफे नेहमी म्हणतोच; इथं मात्र तो याच्या जोडीला प्रत्येक गुंतवणूकदारानं आपल्याकडे पुरेशी किंवा त्याहूनही जास्त रोख रक्कम कायम बाळगली पाहिजे, असं म्हणतो. या विधानाचा काही जण चुकीचा अर्थ काढण्याची दाट शक्यता असल्यामुळे, इथं 'रोख रक्कम'चा अर्थ 'खिशातल्या पाकिटातली' किंवा 'पर्समधली' किंवा 'घराच्या कपाटामधली' रक्कम असा अर्थ अजिबातच लावता कामा नये. इथं 'रोख रक्कम'चा अर्थ अत्यंत सुरक्षित अशी रक्कम असा असतो. म्हणजेच बँकांमधल्या मुदतठेवी, म्युच्युअल फंडांच्या अतिसुरक्षित 'लिक्विड' किंवा 'अल्ट्रा शॉर्ट टर्म' योजना, बचत खात्यातली रक्कम, असे अनेक पर्याय यासाठी उपलब्ध असतात. इथं ठेवलेल्या पैशांची फार वेगानं वाढ होत नाही; पण त्याच्या जोडीला ते पैसे बुडण्याचीही जवळपास शून्य टक्के शक्यता असते. तसंच हवं तेव्हा हे पैसे आपल्याला जास्तीत जास्त एक-दोन दिवसांमध्ये काढून घेता येतात. अशी रक्कम गरज लागेल तेव्हा आपल्याला मिळू शकते, या भावनेपोटी आपल्याला शांत झोप लागते, असं बफे म्हणतो. इथं बफे फक्त स्वतःपुरतं बोलत नसून, आपल्या बर्कशायर हॅथवे कंपनीच्या सगळ्या गुंतवणूकदारांच्या वतीनंही तो बोलतो आहे.

सर्वसामान्य गुंतवणूकदारानंसुद्धा हावेपोटी सगळीच्या सगळी रक्कम शेअर बाजारात किंवा तशा प्रकारच्या म्युच्युअल फंड योजनांमध्ये न गुंतवता, आपल्याला शांत झोप लागू शकेल एवढी रक्कम एकदम सुरक्षित पर्यायांमध्ये गुंतवणं आणि कितीही मोह झाला, तरी ही रक्कम फक्त आपल्या खर्चांसाठीच वापरणं, गरजेचं असतं! म्हणजे मग शेअर बाजार खाली गेला किंवा आपल्याला अचानकपणे मोठा खर्च आला, तरीही आपण विचलित न होता आणि आपलं नुकसान होऊ न देता आपली शेअर बाजारातली किंवा म्युच्युअल फंडांमधली गुंतवणूक कायम ठेवू शकतो.

मंत्र ४५

मी सात फुटी अडथळयांवरून उडी मारण्याचं धाडस करण्याचं मनातही आणत नाही; जिथं एक फुटी अडथळे असतील तिथून सहजपणे चालत जाता येईल, असं मी बघतो.

वॉरन बफे आणि गुंतवणूक यांचं अत्यंत सम गुणोत्तर असलं तरी वॉरन बफे आणि गुंतवणुकीतला अनाठायी धोका यांचं अत्यंत विषम गुणोत्तर आहे याचा उल्लेख इतरत्र आलेलाच आहे. बफेचं हे विधानसुद्धा त्याच्या या स्वभावाची झलक दाखवणारं आहे. विनाकारण धाडसं करून अडचणीत येण्याचा त्याचा स्वभावच नाही. स्वतःला तो अत्यंत भित्रा माणूस समजतो. आपण अगदी सरळ मार्गानं जातो आणि कुणालाही घेता येतील असेच निर्णय घेतो, याचा उल्लेख तो करतो. लहानपणीसुद्धा बफे इतर मुलांसारखा धाडसी खेळांमध्ये किंवा प्रयोगांमध्ये रमून न जाता, शांतपणे एकट्यानंच काहीतरी जमवणं किंवा कशाचा तरी हिशेब करणं अशा गोष्टींमध्ये गुंग असे. त्याचा तेव्हाचा हा स्वभाव त्याच्या पुढच्या आयुष्यातही अजिबात बदलला नाही. कारण नसताना अडचणीत येण्यासारख्या गोष्टीच आपण केल्या नाहीत, तर आपोआपच आपण सुरक्षित राहण्याची शक्यता खूप वाढते, असा त्याचा साधासोपा हिशेब होता. याचा अतिरेक वाटण्यासारखी एक गोष्ट म्हणजे विमान अपघातात निधन होण्याच्या भीतीपोटी त्यानं शक्य तितका काळ विमानप्रवासही टाळला!

गुंतवणुकीमध्ये यश मिळवायचं असेल, तर धाडस लागतं आणि

धोके पत्करावे लागतात, अशा फुशारक्या अनेक जण मारतात. तसंच यामुळेच आपण कसं यश मिळवलं आहे याची ते रसभरीत वर्णनंही करतात. साहजिकच हे ऐकून शेअर बाजार किंवा म्युच्युअल फंड यांच्यामध्ये गुंतवणूक करणं म्हणजे खरोखर मोठा धोका पत्करण्यासारखं आहे, अशी सर्वसामान्य माणसाची समजूत होते. आपोआपच एक तर तो या सगळ्या प्रकारामुळे भयभीत होतो आणि त्यापासून पूर्णपणे लांब राहतो किंवा मग तो इतर लोकांप्रमाणेच विनाकारण धोके पत्करून गुंतवणूक करण्याच्या प्रकारामध्ये गुंतून जातो. यातून मिळणाऱ्या यशाचं 'थ्रिल' आपणही अनुभवावं, असं त्याला वाटायला लागतं. ते मिळताच त्याची चटकही लागते आणि असे लोक हळूहळू प्रमाणाबाहेर धोके पत्करायला लागतात.

अशा प्रकारची 'गुंतवणूक' ही गुंतवणूक नसतेच; ती 'सट्टेबाजी'च असते. नफेखोरीसाठी आणि त्यातून मिळणाऱ्या मानसिक समाधानासाठी हे लोक असे प्रकार वाढवत नेतात. एके दिवशी सगळा फुगा फुटतो, डोलारा कोलमडतो आणि असे लोक देशोधडीला लागतात.

ज्या माणसांना गुंतवणुकीमधून 'थ्रिल' अनुभवायचं असेल, त्यांनी शेअर बाजारात येऊच नये, असा अत्यंत मोलाचा सल्ला बफे देतो. 'थ्रिल' अनुभवायची इच्छा असलेल्या लोकांनी सरळ लास व्हेगासमधल्या जुगारात उतरावं किंवा घोड्यांच्या शर्यतीत पैसे लावावेत, असं त्याचं मत आहे. शेअर बाजारात खरंच यश मिळवायचं असेल, तर त्यासाठी संयम आणि शिस्त यांची खूप गरज असते. तसंच अत्यंत कंटाळवाणं वाटेल असं वातावरण सहन करण्याचीही त्या माणसाची तयारी हवी. त्याच्याकडे खूप सहनशक्ती हवी. धडाधड यश मिळेल किंवा उद्या काहीतरी रोमहर्षक घडेल अशी आशा मनात बाळगणाऱ्यांसाठी गुंतवणूक हे विश्वच नाही, असं बफे म्हणतो.

म्हणूनच इथं बफे आपल्या स्वतःच्या स्वभावाविषयीचं भाष्य करत असला, तरी प्रत्येक गुंतवणूकदारानं त्याचा मथितार्थ जाणून घेतला पाहिजे. गुंतवणुकीमध्ये यश मिळवायचं असेल, तर शांतपणे, खूप विचार करून आणि मनात संयम बाळगून गुंतवणूक केली पाहिजे. काहीतरी नाट्यमय घडण्याच्या किंवा क्रिकेटमधल्या '२०-२०' सामन्यांसारखी फटकेबाजी करण्याच्या आशेपोटी शेअर बाजाराकडे

अजिबात वळू नये. ज्यांना शेअर बाजारात 'थ्रिल' अनुभवायला मिळतं, त्यांना तिथं आर्थिक यश मिळण्याची शक्यता खूपच कमी असते, हे कायम लक्षात ठेवलं पाहिजे. शेअर बाजार हा खऱ्या अर्थानं ससा-कासव गोष्टीसारखाच आहे!

मंत्र ४६

माझ्या आयुष्याचं मूल्यमापन मी किती कमाई केली या गोष्टीवरून करत नाही. कदाचित इतर लोक असं करत असले तरी मला त्याच्याशी देणंघेणं नाही.

वॉरन बफे हा नुसताच अत्यंत यशस्वी गुंतवणूकदार म्हणून ओळखला जात नाही, तर माणूस म्हणूनही त्यानं खरोखर वैचारिक उंची गाठलेली आहे. आपल्या संपत्तीच्या जोरावर उड्या मारणाऱ्या आणि दिखाव्याचं मिळमिळीत आयुष्य जगणाऱ्या अनेक लोकांच्या तुलनेत बफेचं उदाहरण अत्यंत आदर्श आहे. कोट्यवधी डॉलर्सची कमाई करून आणि त्यामधला बराचसा हिस्सा समाजाला परत देऊन बफेनं आपल्या दृष्टिकोनाची झलक दाखवली आहे. अत्यंत साधं राहणीमान, एखाद्या मध्यमवर्गीय माणसासारखी जीवनशैली अगदी सहजपणे स्वीकारून आणि ती कायम टिकवून आपल्या कमाईचं ओंगळवाणं प्रदर्शन करायचा मोह टाळण्याची वृत्ती आणि या सगळ्याचा अजिबात गाजावाजा न करण्याचा आग्रह, ही बफेची स्वभाववैशिष्ट्यं अवाक् करून सोडणारी आहेत.

विलक्षण चंगळवादी आणि भौतिक सुखाच्या मागे लागलेल्या आजच्या या समाजाला हवं असलेलं प्रत्येक तथाकथित सुख बफे चुटकीसरशी हस्तगत करू शकत असला, तरी त्याला त्यातल्या कशाचाच मोह नाही. सगळं जग उंची घरं, आलिशान गाड्या, दिमाखदार कपडे-बूट-गॉगल वगैरे वस्तू, महागड्या हॉटेल्समधल्या पार्ट्या, उत्तमोत्तम ठिकाणचे प्रवास आणि तिथल्या सुट्ट्या या सगळ्याच्या हव्यासापोटी

वेडं झालेलं असताना बफे आपल्या जुन्या घरात किंवा जुन्या कार्यालयात बसून आता कुठल्या कंपनीचे शेअर्स विकत घ्यायचे, याच्या विचारात बुडून गेलेला असतो! आपल्या खात्यात चक्रवाढ व्याजाच्या चक्रावून सोडणाऱ्या दरानं संपत्तीचे आकडे वाढत असले, तरी त्यामधल्या एका दमडीचाही उपभोग घ्यावासा त्याला वाटत नाही. आजच्या आधुनिक युगातला प्रचंड भांडवलशाहीवादी दृष्टिकोन असलेला बफे खरं म्हणजे संत प्रवृत्तीचा किंवा तशा मानसिकतेचा आहे, असं म्हणायला हरकत नसावी.

म्हणूनच बफे इथं आपल्याला पैशांची गरज भागल्यानंतर पैशांना प्रमाणाबाहेर महत्त्व द्यायच्या वृत्तीला त्याचा असलेला विरोध अगदी स्पष्टपणे सांगतो. पैसे कमावण्यासाठी तो आयुष्यभर धडपडला; पण त्याला त्या पैशांचा उपभोग घ्यायचा असतो असं कधी वाटलंच नाही. उलट न्याय्य मार्गानं आणि अत्यंत बेभरवशाच्या समजल्या जाणाऱ्या शेअर बाजाराच्या विश्वात आपण शिस्तबद्धपणे गुंतवणूक करून प्रचंड यश मिळवू शकतो, याचीच झिंग त्याला सतत उत्साही ठेवत आली. साहजिकच आपल्या गुंतवणुकीचे वाढत असलेले आकडे बघून त्याला प्रचंड ऊर्जा मिळत गेली.

हे आकडे वाढतच राहिले पाहिजेत, या भावनेनं त्याच्या मूळच्या अत्यंत साध्या आणि काटकसरी जीवनशैलीला जोड दिली. यामुळे आपल्या गुंतवणुकीतून अगदी एक डॉलरसुद्धा काढून घेताना त्याला कायम यातना होत राहिल्या. आजचा एक डॉलर योग्यरीत्या गुंतवला, तर काही वर्षांनंतरचे पन्नास-शंभर डॉलर्स असू शकतात, हा मुद्दा तो कधीच विसरला नाही. गुंतवणुकीत यश मिळवणं हे बौद्धिक आव्हान आहे असं समजून त्यानं गुंतवणुकीच्या बदनाम विश्वाला प्रतिष्ठा मिळवून दिली. योग्यरीत्या गुंतवणूक केली, तर शेअर बाजार हे ठिकाण म्हणजे एखादा जुगाराचा अड्डा नसून, बुद्धिबळाच्या पटावरच्या चालींसारखं रोमहर्षक ठिकाण ठरू शकतं, अशी प्रतिमा त्यानं निर्माण केली.

साहजिकच पैशांकडे बघण्याचा बफेचा दृष्टिकोन इतर सगळ्या लोकांहून पार वेगळा आहे. आपल्या गरजांपुरते पैसे आपल्याकडे आले, की त्यांना फारसा अर्थ उरत नाही आणि आपल्याकडे खूपच पैसे

जमल्यामुळे आपण महान झालो यालाही काही अर्थ नाही, असं त्याचं ठाम मत झालं. गुंतवणुकीच्या विश्वात बफेसारखं यश मिळवण्याची जिद्द मनात बाळगणाऱ्या सगळ्यांनी बफेचा हा गुणही आत्मसात करण्यासाठी म्हणूनच धडपडलं पाहिजे.

मंत्र ४७

शेअर बाजारात काहीही घडू शकतं. म्हणूनच तिथं कल्पनेपलीकडचं काही घडलं, तरी टिकून राहण्यासाठी गुंतवणूकदारांनी सज्ज राहिलं पाहिजे.

शेअर बाजार हे ठिकाण राजाचा रंक आणि रंकाचा राजा करू शकतो, हे आपल्याला माहीत असेलच. अनेक लोकांनी निव्वळ शेअर बाजारामधल्या योग्य गुंतवणुकीच्या आधारे आपल्या आयुष्याचा कायापालट केलेला आहे आणि त्याच्याच जोडीला इतर अनेक लोक शेअर बाजारामधल्या नुकसानामुळे अक्षरशः आयुष्यातून उठलेले आहेत. म्हणूनच अनेक जण शेअर बाजाराला जुगाराच्या अड्ड्याची उपमा देतात. वॉरन बफे मात्र शेअर बाजाराकडे वेगळ्याच नजरेनं बघतो. शेअर बाजार हे अत्यंत धोकादायक ठिकाण ठरू शकतं, याची पुरेपूर जाणीव तो मनात बाळगतो आणि तसं तो उघडपणे म्हणतोही. त्याच्याच जोडीला शेअर बाजारामधली गुंतवणूक अत्यंत फलदायी ठरू शकते, या गोष्टीविषयीसुद्धा तो भरभरून बोलतो. म्हणजेच शेअर बाजाराविषयीच्या दोन्ही टोकांच्या मतांचा तो आदर करतो; पण त्या दोन्हीचाही अतिरेक होणार नाही याची तो काळजी घेतो.

शेअर बाजार हा एका अर्थानं अर्थकारणाचा आरसा असल्यामुळे अर्थकारणामध्ये सुरू असलेल्या घडामोडींचं प्रतिबिंब शेअर बाजारात उमटल्यावाचून राहत नाही. बहुतेक वेळा तर शेअर बाजारात आधी उत्साह किंवा निरुत्साह पसरतो आणि त्यानंतर अर्थकारणामध्ये अनुक्रमे चांगल्या किंवा वाईट घटना घडतात. म्हणजेच शेअर बाजारात जणू

काही भविष्यात घडणाऱ्या घटनांचं प्रतिबिंब आधीच पडतं. यातला महत्त्वाचा मुद्दा म्हणजे, काही वेळा शेअर बाजारात सुरू असलेल्या चढउतारांचा प्रत्यक्ष अर्थकारणाशी दुरूनही संबंध नसतो. गुंतवणूकदारांच्या मनातील हाव आणि भीती यांच्या खेळानुसार शेअर बाजाराचं चित्र बदलतं.

या पार्श्वभूमीवर बफेनं गुंतवणूकदारांना हा इशारा देण्याचं महत्त्वाचं कारण म्हणजे अतिउत्साही गुंतवणूकदार दररोज शेअर बाजार वर जात असलेला बघून आपणही वाहत्या गंगेत हात धुवून घेण्याच्या आशेनं शेअर बाजारात मोठी गुंतवणूक करून टाकतात. काही वेळा आपली ऐपत नसताना कर्ज काढून ते गुंतवणूक करतात आणि काही गुंतवणूकदार आपल्याकडची सगळी शिल्लक रक्कम शेअर बाजारात गुंतवतात. हा मोह टाळणं खरोखर खूप कठीण असतं. कारण शेअर बाजारात तेजीचं वातावरण असताना 'आता शेअर बाजार खाली येणं जवळपास अशक्य आहे' किंवा 'पुढच्या वर्षभरात गुंतवणूकदारांचे पैसे दुप्पट होतील' अशी भाकितं काही 'तज्ज्ञ' करायला लागतात. ही संधी आपण वेळेत साधली पाहिजे, असं स्वतःला बजावून अनेक लोक आपल्या आवाक्याबाहेरची रक्कम शेअर बाजारात गुंतवतात आणि हमखास शेअर बाजार पार झोपतो. यामुळे आपलं सर्वस्व गमावल्याच्या भावनेनं हे लोक पार हताश होतात. काही वेळा तर हे नुकसान अक्षरशः अंगावर भीतीचा काटा आणणारं असतं. उदाहरणार्थ, २००९ सालच्या मार्च महिन्यात शेअर बाजार इतके कोसळले, की गुंतवणूकदारांच्या गुंतवणुकीचे आकडे निम्म्यावर आले!

या सगळ्याचं सार काढायचं, तर मुळात गुंतवणूक करताना अगदी सर्वसामान्य माणसानंही आपला आवाका ओळखून गुंतवणूक केली पाहिजे. आपल्याला शेअर बाजारातलं फार समजतं अशा आत्मविश्वासापोटी प्रचंड नुकसान करून घेण्यापेक्षा म्युच्युअल फंडांचा रस्ता स्वीकारण्याचा विचार केला पाहिजे. गुंतवणूक करण्याआधी पुढची दोन-तीन वर्षं आपल्या घराचा सगळा खर्च व्यवस्थितपणे चालेल एवढी रक्कम अगदी सुरक्षित पर्यायांमध्ये गुंतवली पाहिजे आणि काहीही झालं तरी ती शेअर बाजारापासून एकदम दूर ठेवली पाहिजे. म्हणजे मग शेअर बाजारात प्रलय झाला तरी त्याचा गुंतवणूकदाराच्या आणि त्याच्या कुटुंबाच्या

आयुष्यावर फारसा परिणाम होत नाही. गुंतवणूकदाराकडे चांगले शेअर्स असतील किंवा त्यानं चांगल्या म्युच्युअल फंडांमध्ये गुंतवणूक केली असेल, तर काही काळातच शेअर बाजारामधलं भीतीचं सावट दूर होणार आणि परिस्थिती स्थिरस्थावर होणार, असा आत्मविश्वास याच जोरावर टिकून राहू शकतो!

मंत्र ४८

अडचणींमधून बाहेर येण्यापेक्षा मुळात अडचणींमध्ये न सापडणं जास्त सोपं असतं.

व्यवसाय आणि गुंतवणूक या गोष्टींमध्ये अनेक लोक खूप होरपळतात. आपल्यासमोर अडचणींचा डोंगर उभा असल्याची जाणीव झाली की ते खचून जातात. या अडचणींमधून नक्की कसं बाहेर यायचं, हे त्यांना समजत नाही. बऱ्याचदा संबंधित अडचणींना आपण स्वतःच कारणीभूत असल्याची जाणीव त्यांना होते आणि ही जाणीव त्यांना खात राहते. या अडचणींमधून बाहेर येण्यासाठीची धडपड सुरू असताना मुळात आपण या अडचणीत अडकायलाच नको होतं, असं वाटून ते खूप अस्वस्थ असतात. गुंतवणूकदार चुकीची गुंतवणूक करतात, घिसाडघाईनं निर्णय घेतात, पैसे गुंतवतात आणि काढून घेतात; तसंच पुन्हा ते गुंतवतात आणि काढून घेतात, चुकीच्या पर्यायांमध्ये पैसे गुंतवतात आणि आता अनेक वर्षं ही गुंतवणूक काढून घेता येणार नाही हे कळल्यावर हताश होतात, वगैरे. गुंतवणूकदारांच्या या चुकांचं चक्र अनेकदा सुरूच राहतं. चुकांमुळे अडचणी आणि अडचणींमुळे नव्या चुका, हा गुंता सोडवणं खूपच अवघड होऊन बसतं. याचे आर्थिक फटके गुंतवणूकदारांना तर सोसावे लागतातच; पण त्याशिवाय मानसिकदृष्ट्याही ते खचून जातात. म्हणूनच या प्रश्नाकडे मुळापासून बघणं गरजेचं आहे.

वॉरन बफेचा गुंतवणूकदारांना या संदर्भात एक सोपा सल्ला आहे. जर सातत्यानं जगभरातल्या गुंतवणूकदारांना हाच अनुभव येत असेल,

तर यातून धडा घेऊन मुळात आपल्या हातून कमीत कमी चुका होतील याची काळजी गुंतवणूकदारांनी का घेऊ नये? जर आपल्या हातून होणाऱ्या चुका शक्य तितक्या कमी झाल्या, तर आपोआपच गुंतवणूकदारांसमोर अडचणींचा डोंगर उभा राहण्याची शक्यता कमी होईल. म्हणजेच चूक-अडचण-चूक हे दुष्टचक्र गुंतवणूकदार भेदून तर टाकेलच; पण मुळात तो हे दुष्टचक्र निर्माणच होऊ देणार नाही. यासाठी गुंतवणूकदारानं आपल्या गरजा, आपली गुंतवणूक करण्याची कुवत, आपल्यावरच्या जबाबदाऱ्या, आपली अल्पकालीन, मध्यमकालीन आणि दीर्घकालीन उद्दिष्टं, धोका पत्करण्याची आपली तयारी हे सगळं नीट विचार करून ठरवणं गरजेचं आहे. कित्येकदा यासाठी एखाद्या अनुभवी सल्लागाराची मदत घ्यावी लागते. हा पाया अत्यंत मजबूतपणे उभा करणं गरजेचं असतं. म्हणजेच आपल्याला नक्की काय हवं आहे आणि आपल्याकडच्या शिल्लक रकमेनुसार, तसंच आपल्या कमाईनुसार आपण काय साध्य करू शकतो, याचा पक्का अंदाज बांधणं खूप आवश्यक आहे. हे नीटपणे केलं नाही, तर पुढचं सगळं ढासळू शकतं.

एकदा का आपला हा पाया भरभक्कमपणे रचला, की त्यानंतर गुंतवणूकदारानं ठरवल्यानुसार गुंतवणूक करणं आणि काहीही झालं तरी त्या निर्णयापासून दूर न हटणं अत्यावश्यक असतं. अर्थातच काही वेळा अपवादात्मकरीत्या गुंतवणूकदाराच्या आवाक्याबाहेरच्या गोष्टी घडू शकतात आणि त्यामुळे त्याला आपण पूर्वी ठरवून घेतलेला मार्ग नाइलाजानं काही काळासाठी तरी सोडावा लागतो. अशा गोष्टी वगळता इतर कुठल्याही प्रसंगी, कुठल्याही मोहाला बळी न पडता किंवा कुठल्याही घटनेमुळे आपल्या गुंतवणुकीची दिशा गुंतवणूकदारानं अजिबात बदलू नये. फार फार तर दर तीन-पाच वर्षांनी आपल्या गुंतवणुकीचा एक आढावा घेऊन त्यात काही किरकोळ बदल करण्याची गरज आहे का, हे त्यानं तपासावं. असं केल्यानं गुंतवणूकदार चुका टाळतो आणि आपोआपच त्याला अडचणींचा सामनाही करावा लागत नाही. बफे इथं आपल्याला नेमकं हेच सुचवतो आहे.

मंत्र ४९

आरशात बघणं म्हणजे माझ्या दृष्टीनं सामूहिक निर्णय घेणं आहे.

आपल्या हातून चूक होऊ नये म्हणून जवळपास प्रत्येक माणूस किमान काही बाबतींमध्ये तरी इतरांचे सल्ले घेतो. आपल्या नजरेतून हुकलेला एखादा मुद्दा, इतर दृष्टिकोनांचा आपल्याला पडलेला विसर, या बाबतीतले इतरांचे अनुभव अशा अनेक गोष्टींसाठी आपण या सल्ल्यांना महत्त्व देतो. तसं करणं बरोबरच आहे. अर्थात काही लोकांना इतका न्यूनगंड असतो, की अगदी साध्या आणि छोट्या गोष्टींच्या संदर्भातसुद्धा ते इतरांचे सल्ले घेत बसतात. तसंच इतरांचं म्हणणं आपल्या विचारांच्या अगदी विरुद्ध असलं तरी निव्वळ आत्मविश्वासाच्या अभावापोटी हे लोक इतर जण म्हणतात तसंच करतात. याचं दुसरं टोक म्हणजे स्वतःविषयी आणि स्वतःच्या निर्णयक्षमतेविषयी कमालीचा आत्मविश्वास असलेले काही लोक कुठल्याही छोट्या-मोठ्या निर्णयाच्या बाबतीत इतर कुणावरच अवलंबून नसतात. इतकंच नव्हे, तर कुणाचा सल्ला घ्यायच्या भानगडीतसुद्धा ते पडत नाहीत. आपण करू तेच सगळ्यात उत्तम आणि योग्य असेल असा आत्मविश्वास त्यांच्यामध्ये ठासून भरलेला असल्यामुळे, ते स्वतःला वाटेल तसंच वागतात आणि एखाद्या वेळी आपला निर्णय चुकला, तरी ते फारसं मनाला लावून घेत नाहीत. बहुसंख्य लोक याच्या मधली भूमिका स्वीकारून काही वेळा स्वतः निर्णय घेतात आणि इतर महत्त्वाच्या निर्णयांच्या वेळी मात्र इतरांच्या सल्ल्याचा निदान विचार तरी करतात.

गुंतवणुकीच्या विश्वात मात्र इतरांच्या सल्ल्यांनुसार गुंतवणूक करण्याचा मूर्खपणा अजिबात करू नये, असं वॉरन बफे इथं आपल्याला सांगतो. बफे गुंतवणुकीसंबंधीचे निर्णय स्वतः तर घेतोच; पण शिवाय शेअर बाजारात जे सुरू असेल, त्याच्या बरोबर उलटं करून तो या संदर्भातला आपला आत्मविश्वास किती दांडगा आहे याची प्रचिती देतो. एका अर्थानं आपण त्याला या बाबतीत एकदम हट्टी आणि दुराग्रही म्हणू शकतो; पण त्यामुळे त्याला मिळालेलं यश बघितलं की त्याचे हे 'गुण' आहेत का 'दुर्गुण' आहेत, याचं उत्तरही आपल्याला लगेचच मिळतं. आपल्या गुंतवणुकीसंबंधीचे सगळे निर्णय आपण स्वतःच घेतो आणि इतर लोकांनी त्यांच्या गुंतवणुकीच्या संदर्भात घेतलेले निर्णय चुकलेले असल्याचीही आपल्याला अधूनमधून खात्री पटते, असं बफेला इथं सुचवायचं आहे. हे आपण नीटपणे समजून घेतलं पाहिजे. फक्त स्वतःच्या योग्य निर्णयांविषयीच बफेला आत्मविश्वास असतो असं नाही, तर इतरांच्या चुकीच्या निर्णयाविषयीही त्याला पूर्ण खात्री असते! खरं म्हणजे हा कहरच झाला!

बफेनं इतक्या विलक्षण आत्मविश्वासानं हे भाष्य करण्याचं मुख्य कारण म्हणजे- त्यानं अगदी बालपणापासून गुंतवणूक या एकाच विश्वाला वाहून घेतलेलं आहे आणि त्याचा कमालीपलीकडचा अभ्यास करून त्यावर आपली न पुसली जाणारी छाप उठवली आहे. गुंतवणुकीच्या संदर्भात त्यानं मिळवलेलं देदीप्यमान यश, ही त्याच्या आत्मविश्वासाची पावती आहे. साहजिकच बफे म्हणतो त्यात फुकाचा आत्मविश्वास असतो, असं म्हणण्याचं धाडस कुणीच करत नाही. बफेचं सर्वसामान्य गुंतवणूकदारांना इथं हेच सांगणं आहे. आपल्या गुंतवणुकीसाठी आधी खूप कष्ट घेऊन भरभक्कम पाया रचावा, असं त्याला इथं सुचवायचं आहे. एकदा का ही पूर्वतयारी झाली, की त्यानंतर मात्र गुंतवणूकदारानं इतर लोकांच्या म्हणण्याकडे आणि निर्णयांकडे जवळपास पूर्णपणे दुर्लक्ष करून स्वतःच्या निर्णयांनुसार गुंतवणूक केली पाहिजे आणि त्यावर ठाम राहिलं पाहिजे.

मंत्र ५०

महान गुंतवणूकदार बनण्यासाठी कॅल्क्युलस किंवा बीजगणित आत्मसात करण्याची गरज असती, तर मी सरळ परत वर्तमानपत्रं टाकण्याच्या माझ्या कामाकडे परत वळलो असतो.

गुंतवणुकीच्या विश्वाला लोकांनी विनाकारणाच किचकट स्वरूप दिलं आहे, असं वॉरन बफेनं वारंवार म्हटलेलं आहे. गुंतवणूक करण्यासाठी सर्वसामान्य माणसाकडे असते तितकी बुद्धी, चिकाटी, व्यवसाय कसा चालतो याची जाणीव आणि हिशेब किंवा अकौंटिंग या विषयांमधल्या मूलभूत संकल्पनांची ओळख इतकासा ऐवज पुरेसा असल्याचं त्याचं मत आहे. गुंतवणुकीच्या विश्वात नव्यानं प्रवेश करत असलेल्या अनेक जणांना मात्र त्याविषयीची पुस्तकं बघून घाबरून गेल्यासारखं होतं. कारण या पुस्तकांमध्ये अनेक क्लिष्ट शब्द तर असतातच; पण शिवाय निरनिराळी आकडेवारी, गणिती संकल्पना हेही त्यात असतं. स्वाभाविकपणे नव्या माणसाला गुंतवणुकीच्या जंजाळात पार गांगरून गेल्याची भावना येते. आपण हा विषय कधीच आत्मसात करू शकणार नाही; तसंच गुंतवणुकीमध्ये आपल्याला यशही मिळू शकणार नाही, असं बहुतेक जणांना वाटायला लागतं. बफेसारख्या काही मोजक्या लोकांनी मात्र या चुकीच्या संकल्पनांना पुरता छेद दिलेला आहे. कष्ट घेण्याची तयारी असलेल्या कुठल्याही माणसाला अवघड विषयांकडे साफ दुर्लक्ष करूनसुद्धा गुंतवणुकीमध्ये यश मिळवणं शक्य आहे, असं तो म्हणतो. त्याचं हे विधान याच अर्थाचं आहे. आपल्या स्वतःला जर गुंतवणुकीत यश मिळवण्यासाठी कॅल्क्युलस किंवा

बीजगणित यांच्यासारखे क्लिष्ट विषय शिकावे लागले असते, तर आपण सरळ आपलं वर्तमानपत्रं घरोघरी टाकण्याचं काम पुन्हा सुरू केलं असतं, असं सांगून तो मोकळा होतो. या निमित्तानं अगदी सुरुवातीला बफेनं खरोखर लोकांच्या घरी वर्तमानपत्रं टाकण्याचं काम अनेक वर्षं केलं होतं, हे ऐकून काही जणांना कदाचित धक्काही बसेल.

ज्या लोकांना गुंतवणूक ही आपली जवळपास पूर्ण वेळची जबाबदारी म्हणून गुंतवणुकीकडे बघायचं असेल, त्यांनी या विषयाचा सखोल अभ्यास करणं अपरिहार्य आहे. बफेनं गुंतवणूक हा विषय सोपा आहे असं म्हटलेलं असलं, तरी तो लगेचच आत्मसात करता येईल इतकाही सोपा नाही, याची जाणीव मनात बाळगणं गरजेचं आहे. त्याचबरोबर तो क्लिष्ट, किचकट, अशक्यप्रायसुद्धा नाही, असा आत्मविश्वास बफे आपल्याला देतो. मुळात गुंतवणूक या विषयाची गोडी ज्याला असेल त्याला हा विषय नक्कीच काही काळात सोपा वाटायला लागेल. तसंच जो माणूस यामधल्या तांत्रिकतेबरोबरच स्वतःच्या मानसिकतेला पुरेपूर जोखतो, तोच माणूस यात खऱ्या अर्थानं यशस्वी ठरू शकतो, याचंही भान बाळगलं पाहिजे. बफेला इथं आपल्याला हेच सांगायचं आहे. विनाकारण घाबरून जाऊन गुंतवणुकीसारख्या किचकट विषयाकडे कशाला वळा, असा विचार करणाऱ्या लोकांना दिलासा देण्यासाठीचा त्याचा हा प्रयत्न आहे.

ज्या लोकांना गुंतवणूक या विषयाची फारशी माहिती नाही; तसंच ज्यांना त्यात आपली भविष्यातली आर्थिक तरतूद करण्यापुरतंच पडायचं आहे, त्यांनी मात्र या विषयाच्या खोलात शिरण्याची गरज नसते, असं बफे म्हणतो. बहुसंख्य लोक खरं म्हणजे याच गटात येतात. त्यांनी विनाकारण गुंतवणुकीच्या संकल्पना समजून घेण्याचा प्रयत्न करणंही तसं गरजेचं नसतं. अशा लोकांनी शेअर बाजारात थेटपणे न उतरतासुद्धा शेअर बाजाराचा फायदा आपल्या भल्यासाठी करून घ्यावा आणि त्यासाठी म्युच्युअल फंडांचा सोपा रस्ता धरावा. यामुळे शेअर बाजाराविषयी जवळपास कुठल्याच संकल्पनांची ओळख करून न घेतासुद्धा, गुंतवणूकदारांना दीर्घ मुदतीचा विचार करता भरघोस नफा कमावणं शक्य होतं.

आपण यांपैकी नक्की कोण आहोत हे ओळखून प्रत्येक गुंतवणूकदारानं आपल्याला योग्य असलेला रस्ता निवडावा!

संदर्भ-सूची

क्र. – पुस्तक/वेब साईट/संदर्भ – लेखक – प्रकाशक

1 : The Snowball : Warren Buffett and the Business of Life — Alice Schroeder — Bloomsbury.

2 : Buffett : The Making of an American Capitalist — Roger Lowenstein — Random House Trade Paperbacks

3 : Capital Ideas : The Improbable Origins of Modern Wall Street — Peter L Bernstein — Wiley

4 : A History of the Global Stock Market : From Ancient Rome to Silicon Valley — B Mark Smith — University of Chicago Press

5 : Warren Buffett : Master of the Market — Jay Steele — Avon Books, New York

6 : The New Buffettology — Mary Buffett and David Clark — Simon & Schuster UK

7 : The Intelligent Investor — Benjamin Graham — Harper Collins

8 : The Tao of Warren Buffett — Mary Buffett and David Clark — Scribner

9 : 101 'Hand-picked' Warren Buffett Quotes on Investing — Mahesh Mohan — www.minterest.org/best-warren-buffett-quotes-on-investing.

10 : वॉरन बफे — अतुल कहाते — मेहता पब्लिशिंग हाऊस